நல்ல சேனாபதி

கி. வா. ஜகந்நாதன்

Title: Nalla Senapathi

Author: Ki. Va. Jagannathan

Language: Tamil

First Published on: 1958

Year of Publication: 2024

Book Format: Paperback

*Page Size: 6inch * 9inch*

Category: Fiction

Subject: Short Stories

No. of pages: 130

ISBN: 978-81-988585-9-7

Published by: Nilan Publishers, Madurai, Tamilnadu, India

பொருளடக்கம்

குறிப்புகளுக்காக

முன்னுரை

தமிழ்நாட்டில் பல காலமாகவே புலவர்களும் புரவலர்களும் வாழ்ந்து தமிழை வளர்த்திருக்கிறார்கள். புலவர்கள் வீரத்தைப் பாராட்டுவார்கள்; கொடைத் திறத்தைப் பாடிப் புகழ்வார்கள். பெரிய போரில் வெற்றி பெற்ற பெரு மன்னர்களுடைய வரலாற்றை நாட்டு வரலாறுகளில் காணலாம். ஆயினும் சிறிய போர்களில் தம்முடைய வீரத்தைக் காட்டிய வீரர்களையும், மிகவும் சிக்கலான சமயங்களில் சாதுரியமும் வீரமும் தோன்றச் செயல் செய்த தீரர்களையும் அத்தகைய பெரு வரலாறுகளில் காணமுடியாது. புலவர்கள் பாடிவைத்த நூல்களிலும், பழைய குறிப்புகளிலும், வாய்மொழியாக வழங்கி வரும் செய்திகளிலும் அவர்களைப் பற்றிய வரலாற்றுத் துணுக்கு கள் மிடைந்திருக்கின்றன. கொடை, மானம், வீரம், அறிவு நுட்பம், பண்பு, புவமை ஆகிய பெருங் குணங்களை விளக்கும் வரலாறுகளாக விரிப்பதற்குரிய வகையில் அந்தத் துணுக்குகள் உள்ளன. அவற்றை வைத்துக் கொண்டு எழுதியவையே இந்தப் புத்தகத்திலுள்ள நிகழ்ச்சிகள்.

சிறிய சிறிய வரலாற்று நிகழ்ச்சிகளானாலும் ஒவ் வொன்றிலும் ஒவ்வொரு பண்பின் விளக்கத்தைக் காணலாம். புலவனுடைய அறிவுத் திறத்தைச் சில நிகழ்ச்சிகள் விளக்குகின்றன; கொடையாளரின் கொடைச் சிறப்பைச் சில வரலாறுகள் புலப்படுத்துகின்றன; வீரர்களின் வீரச் செயல்கள் சிலவற்றால் புலனாகின்றன.

இவற்றை அறிந்து எழுதத் தனிப் பாடல்களும், மண்டல சதகங்களும், வாய்மொழியாகக் கேட்டவையும் எனக்குத் துணையாக இருந்தன. இந்தப் பன்னிரண்டு நிகழ்ச்சிகளில் முதலில் உள்ள எட்டும் கொங்கு நாட்டில் நடந்தவை. கொங்கு மண்டல சதகத்திலுள்ள பாடல் களைக் கொண்டும், அவற்றிற்கு மேற்கோளாகக் காட்டப் பெற்றுள்ள செய்யுட்களைக் கொண்டும் இவற்றை உருவாக்கினேன். மணல் பரப்பிய வள்ளலைத் தொண்டை மண்டல சதகத்தால் உணர்ந்தேன். ஓர் அன்பர் கூறிய செய்தியிலிருந்து 'ஆயிரம் வேலி அதம்பார்' உருவாயிற்று. புதுத்தாலி என்பதும் வாய்மொழியாகக் கேட்டு அறிந்ததே. சொக்கம்பட்டியாருடைய சரித்திரத்திலிருந்து தெரிந்துகொண்டது, 'தளவரிசை' என்பதிலுள்ள நிகழ்ச்சி.

ஆர்வத்துடன் இளைஞரும் பிறரும் படித்து மகிழ வேண்டும் என்னும் நோக்கத்தோடு, இடையிடையே உரை நடையை விரவ வைத்தும், வருணனைகளை இணைத் தும் சிறு கதையுருவத்தில் இந்த வரலாறுகளை எழுதினேன். இத்துறையில் இதற்கு முன் நான்கு புத்தகங்களை வெளியிட்டிருக்கிறேன் என்பதை அன்பர்கள் அறிவார்கள்.

'காந்தமலை'
கல்யாண நகர்
சென்னை-*28*
27-11-58

கி. வா. ஜகந்நாதன்

நாட்டு வணக்கம்

ஜன கண மன அதிநாயக ஜெயஹே
பாரத பாக்ய விதாதா
பஞ்சாப ஸிந்து குஜராத மராட்டா
திராவிட உத்கல வங்கா
விந்திய ஹிமாசல யமுனா கங்கா
உச்சல ஜலதி தரங்கா
தவசுப நாமே ஜாகே
காயே
தவசுப ஆசிஷ மாங்கே,
தவ ஜய காதா
ஜன கண மங்கள தாயக ஜய ஹே
பாரத பாக்ய விதாதா
ஜயஹே ஜயஹே ஜயஹே
ஜய ஜய ஜய ஜயஹே.

மகாகவி இரவீந்திரநாதர்.

தேசிய கீதம்

இந்தியாவின் சுகதுக்கங்களை நிர்ணயிக்கிற நீதான் மக்கள் எல்லாருடைய மனத்திலும் ஆட்சி செலுத்துகிறாய்.

நின் திருநாமம்,பஞ்சாப்பையும் சிந்துவையும் குஜராத் தையும் மகாராஷ்டிரத்தையும் திராவிடத்தையும் ஒரிஸா வையும் வங்காளத்தையும் உள்ளக் கிளர்ச்சியடையச் செய்கிறது.

அது வித்திய ஹிமாலய மலைகளில் எதிரொலிக்கிறது. யமுனை, கங்கை நதிகளின் இன்ப நாதத்தில் கலக்கிறது.

இந்தியக் கடல் அலைகளால் ஜபிக்கப்படுகிறது. அவை நின் ஆசியை வேண்டுகின்றன; நின் புகழைப் பாடுகின்றன.

இந்தியாவின் சுகதுக்கங்களை நிரணயிக்கிற உனக்கு வெற்றி, வெற்றி, வெற்றி

நல்ல சேனாபதி

கோயம்புத்தூர் மாவட்டத்தில் பழையகோட்டை என்ற ஊர் இருக்கிறது. அங்கே இருக்கும் கொங்கு வேளாளத் தலைவருக்குப் பழைய கோட்டைப் பட்டக் காரர் என்று பெயர். கொங்கு வேளாளர்களின் நலம் கருதி, நாட்டாண்மை செலுத்தும் பரம்பரையினர் அவர்கள்.

முன் காலத்தில் அந்த ஊருக்குக் காரை என்ற பெயர் வழங்கியது. நத்தக்காரையூர் என்று உலக வழக்கில் அதனைச் சொல்வார்கள். சில நூற்றாண்டுகளுக்கு முன் அவ்வூரில் சர்க்கரை மன்றாடியார் என்ற தலைவர் வாழ்ந்து வந்தார். மன்றாடியார் என்பது குலப் பெயர். மன்று என்பது நியாய சபைக்குப் பெயர். தம் குலத்தினர்களின் வழக்கைத் தீர்க்கும் சிறப்பால் அந்தப் பெயர் வந்தது. சர்க்கரை என்பதே இயற்பெயர். சர்க்கரை மன்றாடியார் பெரிய செல்வர்; பெருவீரர். அவருடைய செல்வம் தமிழ் நாட்டுப் புலவர்களுக்குப் பயன்பட்டது. அவரது வீரம் தமிழ் நாட்டுப் புரவலர் களுக்குத் துணை நின்றது. மன்றாடியார் குலத்தில் உதித்த யாருமே நாட்டுக்கு நலம் செய்யும் இயல்புடை யவர்கள். அவர்கள் நா அசைத்தால் நாடு அசையும். சிறந்த வீரர் கூட்டம் ஒன்று எப்போதும் அவர் களுடைய ஆணையின்படி ஒழுகக் காத்திருக்கும்.

கொங்கு நாட்டில் தனியாக அரசர்கள் இருந்து ஆண்ட காலம் சிறியதே. சில காலம் அதன் பகுதிகள் பாண்டி நாட்டைச் சார்ந்திருக்கும்; சோழர் வலிமையுற்ற நாளில் அது சோழர் ஆட்சிக்கு அடங்கியும் இருக்கும்.

மேலே சொன்ன சர்க்கரையின் காலத்தில், கொங்கு நாட்டின் பெரும்பகுதி பாண்டிய நாட்டின் ஆட்சியில் இருந்தது. காரையூர் வள்ளல், பாண்டிய மன்னனது ஆட்சிக்கு உட்பட்டவராகவே இருந்தார். அவருடைய பெரு வீரத்தை உணர்ந்த பாண்டியன், அடிக்கடி அவரை அழைத்துப் பாராட்டிச் சிறப்புச் செய்வது வழக்கம். அக் காலத்தில் ஆண்ட பாண்டியன், புகழ் பெற்றுச் சிறந்த ஜடாவர்மன் சுந்தர பாண்டியன் என்று தெரிய வருகிறது. சோழப் பேரரசு வரவரக் குறுகிக் கொண்டு வந்த காலம் அது, பாண்டியன் வீறுகொண்டு வீரங்காட்டி நாட் டைப் பெருக்கி, சோழ மண்டலத்தின் பகுதிகளையும் கைப்பற்றி ஆண்டு வந்தான். மேலும் மேலும் போர் மேல் நாட்டம் உடையவனாய் நான்கு திசையிலும் படை யெடுத்துச் சென்று, வெற்றிமேல் வெற்றி பெற்று வந்தான். போரிலே காதலுடைய அவனுக்குப் படை யைப் பெருக்கிக் கொள்வதில் ஆர்வம் இருந்தது இயல்பே.

சர்க்கரை மன்றாடியாரின் வீரத்தையும், அவருடைய ஆணையின்படி ஒழுகும் வீரர் கூட்டத்தையும் பற்றிப் பாண்டியன் கேள்வியுற்றிருந்தான். சர்க்கரையோடு பழகியதனால் அவருடைய வீரமிடுக்கை நன்கு உணர்ந் தான். தன்னுடைய படைத் தலைவர்களுள் ஒருவராக அவரை அமைத்துக் கொள்ளவேண்டும் என்ற ஆசை அவனுக்கு உண்டாயிற்று.

ஒருநாள் நத்தக்காரையூரிலிருந்து சர்க்கரை மன்றாடியார் வந்திருந்தார். பாண்டியனும் அவரும் அளவளாவிக் கொண்டிருந்தன பேச்சின் இடையே பாண்டியன், "செல்வத்தை வைத்திருப்பவர்கள் அதைப் பயன்படுத்தாமல் இருந்தால் சிறப்பாகுமா?" என்று

கேட்டான்.

"செல்வம் ஈவதற்கும் நுகர்வதற்குமே உரியது. அதை வைத்துப் போற்றும் உலோபியைப் போன்ற பைத்தியக்காரன் வேறு ஒருவனும் இல்லை" என்றார் சர்க்கரை.

பாண்டியன் சற்றே புன்முறுவல் பூத்தான். "செல்வம் என்று பொருட் செல்வத்தை மட்டும் சொல்வதில்லை. கல்வி, வீரம், கருணை ஆகிய எல்லாமே செல்வந்தான். இவற்றுள் எதுவானாலும் அதைப் பயன்படுத்தாமல் வைத்திருந்தால் அதன் பெருமை மங்கிவிடும்."

"உண்மைதான்."

'முக்கியமாக ஆடவர்கள், நாட்டுத் தலைவர்கள் தம்முடைய வீரத்தைப் பயன்படுத்தாமல் வைத்திருப்பது பணத்தைப் புதைத்து வைப்பது போன்றது தான்" என்று பாண்டியன் சொல்லும்போது, மீண்டும் புன்னகை பூத்தான்.

"சற்றே தெளிவாகச் சொல்ல வேண்டுகிறேன்."

"உங்கள் வீரம் நாடு அறிந்தது. நீங்கள் விரலை அசைத்தால் மறுகணமே தம் வீரத்தைக் காட்ட முன் வரும் படையின் பெருமையையும் பலர் அறிவர். அப்படி இருந்தும், அந்த வீரம் பயன்படாமல் ஒடுங்கி நிற்கிறது,"

"எப்படிப் பயன்பட வேண்டும்?"

"போரில்தான்."

"என்னிடம் போருக்கு வருவார் யாரும் இல்லையே! வலியச் சென்று ஒருவரோடு போரிடுவதும் அறமாகாது. வீரத்துக்குப் போக்கு இல்லையே என்பதை நானும் உணர்கிறேன். என் நாட்டு வீரர்கள் தோள் தினவுடன்தான் இருக்கிறார்கள். போர் நேர்ந்தால் அவர்களுடைய வீரம் புலப்படும்."

பாண்டிய மன்னன் சிறிது பேசாமல் இருந்தான். "உங்கள் வீரத்தை மற்றவர்களுக்குத் துணையாக நிற்பதில் காட்டலாமே! நான் இப்போது படைகளைச் சேர்த்துக் கொண்டிருக்கிறேன். பாண்டிப் பெரும் படையில் கொங்குப் படைப் பகுதி ஒன்றை அமைக்க வேண்டும் என்பது என் ஆவல். அதனை அமைத்து, அதற்கு ஒப்பற்ற படைத் தலைவர் ஒருவரையும் நிறுவி விட்டால், எந்த நாட்டையும் எளிதில் வென்று விடலாம்."

பாண்டியனுடைய கருத்து மன்றாடியாருக்கு விளங்கியது. அவர் யோசனையில் ஆழ்ந்தார்.

'சோழ அரசர்களுக்குத் துணையாகக் கொங்குப் படை சென்றது. அப்பொழுதெல்லாம் அது கூலிப் படையாகவே போயிற்று என்று தெரிகிறது. அந்த முறையில் நான் படை சேர்க்க விரும்பவில்லை. பாண்டிப் பெரும்படையின் பகுதியாக அது இருந்து விளங்கும்" என்று பாண்டியன் தன் கருத்தைப் பின்னும் விளக்கினான்.

"படை வீரர்களைப் பாண்டிப் படையில் சேரச் சொல்லலாம். ஆனால், அவர்களுக்கு ஏற்ற படைத்

தலைவன் வேண்டும். அவர்கள் மிடுக்குடையவர்கள் அவர்கள் விரும்பும் தலைவனாக இருந்தாலன்றி அவர் களை நடத்த முடியாதே!" என்றார் சர்க்கரை,

அதைப் பற்றி எனக்குச் சிறிதும் கவலை இல்லை. நான் தக்க சேனாதிபதி ஒருவரைத் தேர்ந்தெடுத்திருக்கிறேன். முதலில் தலைவரை நிச்சயம் செய்துகொண்ட பிறகே, படையைக் கூட்டும் எண்ணம் எனக்கு வந்தது."

"அந்தத் தலைவர் கொங்குப் படைக்கு உகந்தவர் என்று நன்றாகத் தெரிந்து கொண்டீர்களா?"

"நன்றாகத் தெரியும்."

"படையைக் கூட்டுவதற்கு முன்பே இதனைத் தெரிந்துகொள்ள முடியாதே! தாங்கள் எப்படித் தெரிந்து கொண்டீர்கள்?" என்று கேட்டார் கொங்கு நாட்டுத் தலைவர்.

"தலைவர் இன்னார் என்று சொன்னால் நீங்களே அவர் ஏற்றவர் என்று ஒப்புக் கொள்வீர்கள்."

"யார் அவர்?"

"சர்க்கரை மன்றாடியார்!"

மன்றாடியாருக்கு வியப்பு உண்டாயிற்று. சிறிது நேரம் பேசவில்லை. அவர் தோள் பூரித்தது.

"மன்னர் பிரான் என்பால் வைத்துள்ள அன்பை நான் பெரிதும் பாராட்டுகிறேன். கொங்கு நாட்டு வீரர்களைப் பயன்படுத்திக் கொள்ள வேண்டும் என்ற ஆர்வத்தை முன்பே தெரிவித்திருக்கலாமே!"

"இப்போது அதற்கு ஏற்ற செவ்வி வந்திருக்கிறது. சோழனுக்குத் தான் முந்திய போர்களில் தோல்வியுற்ற அவமானம் தாங்கவில்லை. கொங்கு நாட்டின் ஒரு பகுதியையாவது பற்றிக் கொள்ள வேண்டும் என்று எண்ணியிருப்பதாகத் தெரிகிறது. நம்முடைய ஒற்றர்கள் இந்தச் செய்தியைக் கொண்டு வந்திருக்கிறார்கள். உங்கள் கொங்கு நாட்டைப் பாதுகாக்கும் கடமையைக் கொங்குப் படை முதலில் செய்ய வேண்டி நேர்ந்தாலும் நேரலாம்."

இருவரும் தங்கள் தங்கள் கருத்தைத் தெரிவித்துக் கொண்டார்கள். பாண்டியனுடைய விருப்பத்தின் படியே சர்க்கரை மன்றாடியார் தம் படை வீரர்களைத் தொகுத்து, அப் படைக்குத் தாமே சேனாபதியானார்.

பாண்டியன் சர்க்கரை மன்றாடியாரின் மதிப்பை நன்கு உணர்ந்தவனாதலின் அவரை உரிமையை உடைய தனி வீரராகவே எண்ணிப் பழகி வந்தான். வேறு ஒரு படையின் பகுதியாக இருப்பதால், எந்த விதமான இழுக்கும் இல்லை என்ற எண்ணம் கொங்குப் படை வீரர்களுக்கு உண்டாயிற்று.

2

கொங்குப் படை ஒன்று பாண்டிப் படையில் உரு வாகிறது என்ற செய்தி இன்னும் வெளி நாடுகளுக்குத்

தெரியாமல் இருந்தது, அப்போது ஒரு நாள், நத்தக் காரையூருக்குச் சோழனிடமிருந்து ஒரு தூதுவன் வந்தான். சர்க்கரை மன்றாடியாருக்குச் சோழனிடமிருந்து ஓர் ஓலை கொண்டு வந்திருந்தான். பல காலமாக அந்தக் குடியினர் சோழனுக்குப் படைத் துணையாக இருந்தனர் என்றும், இப்போதும் அப்படிச் செய்தால் தக்க ஊதியம் கிடைக்கும் என்றும், கொங்கு நாட்டு ஆட்சியே கிடைக்கும்படி செய்வதாயும் ஓலை கூறிற்று.

அதைக் கண்ட மன்றாடியாருக்குச் சிரிப்பு வந்தது. "என்னிடம் கூலிப்படை ஒன்றும் இல்லை" என்று மறு மொழி சொல்லி அனுப்பி விட்டார்.

இதனைச் சோழன் எதிர்பார்க்கவில்லை. மறுபடியும் ஓலை போக்கினான். "என் விருப்பப்படி நடவாவிடில் கொங்கு நாட்டின்மேல் படையெடுத்து அழித்து விடுவோம்" என்று அதில் வீறு பேசியிருந்தான். அது கண்டு சினந்த மன்றாடியார், "கொங்கு நாடு பாண்டியன் அரசாட்சியில் இருப்பதைச் சோழன் மறந்து விட்டானோ? இந்த ஓலை மதுரைக் கல்லவா போகவேண்டும்?" என்று சீறினார்.

சோழனுக்கு ஒன்றும் தோன்றவில்லை. அடிபட்ட புலி போல் ஆனான். கொங்கர் தலைவன் தன்னை அவமானம் செய்து விட்டதாக எண்ணித் துடித்தான். கொங்கு நாடு பாண்டியனுக்குரிய தென்பதை அவன் நினைவூட்டும்படியாயிற்றே என்று நாணினான். இப்போது சர்க்கரை மன்றடியார் பாண்டியன் படைத் தலைவர்களில் ஒருவராக, அம்மன்னனுடைய மதிப்புக்கு உரியவராக விளங்கினார். சோழ மன்னன் ஓலை விடுத்ததையும், பிறவற்றையும் அவர் பாண்டியனுக்குச்

சொன்ன பொழுது அம் மன்னன், "நான் தக்க சமயத்தில் என் கருத்தை நிறைவேற்றிக் கொண்டேன். சற்றே தாமதம் செய்திருந்தால்?..." என்று சொல்லிப் பேச்சை முடிப்பதற்கு முன், "ஒன்றும் ஆகியிராது. சோழனுக்குக் கூலிப் படையாகப் போக நான் துணிந்தாலும், எங்கள் வீரர்கள் இசைய மாட்டார்கள்'' என்றார் சேனாபதி.

கொங்கர் தலைவரின் வீரம் வெளிப்படும் நாள் வந்தது. பாண்டிய மன்னன் நடத்திய அடுத்த போரில் கொங்கு நாட்டு வீரர் முன்னணியில் நின்று வெற்றியை வாங்கித் தந்தனர். பாண்டியனுக்கு உண்டான பெருமிதத்துக்கு அளவில்லை.

எதிர்பார்த்தபடி சோழன் கொங்கு நாட்டின்மேல் படையெடுத்து விட்டான். கருவூருக்குக் கிழக்கே அவன் படை வந்து கொண்டிருந்தது. கருவூருக்குள் நுழைந்தும் விட்டது. பாண்டிய அரசனுக்கு அந்தச் செய்தி தெரிந்தது. சோழனுக்கு இனித் துணிவு வராது என்று அவன் எண்ணிக் கொண்டிருந்தான். கொங்கர் தலைவரைத் துணையாகப் பெறாததனால் சோழன் போரிடத் துணியான் என்பது மாத்திரம் அன்று; பாண்டியன் பெரும்படையில் கொங்கு வீரர்கள் சேர்ந்திருக்கிறார்கள் என்ற செய்தியைக் கேட்ட பிறகு, முன்பு சிறிதே இருந்த ஆசையும் ஓடி ஒளிந்திருக்கும் என்று அவன் எண்ணினான். அவன் எண்ணம் பொய்யாயிற்று.

சோழன் போர் செய்யத் துணிந்தது கண்டு, அவனை விரட்டப் பாண்டியன் தானே செல்ல எண்ணினான். மற்ற மன்னர்களை வெல்ல அவனுக்கு உண்டாகும் மிடுக்கைவிட, சோழன் என்றால் உண்டாகும் வேகம் அதிகம். இரண்டு குலமும் ஒன்றையொன்று மாறாகவே

கருதி வந்தது வரலாறு கூறும் உண்மை. "நானே நேரிற் சென்று சோழனை வேரும் வேரடி மண்ணும் இல்லாமல் செய்து வருகிறேன்" என்று பாண்டியன் துடித்தான். படைத் தலைவர்களைக் கூட்டி வைத்துக் கொண்டு ஆராய்ந்தான். தன் கருத்தையும் வெளியான், படைத் தலைவர்களுள் ஒருவர் மன்னன் கருத்தை ஆமோதித்தார். மற்றவர்கள் ஆளுக்கு ஒரு கருத்தைச் சொல்லிக் கொண்டே வந்தார்கள். சர்க்கரை மாத்திரம் பேசாமல் இருந்தார்.

பாண்டியன் அவரை நோக்கினான். நீங்கள் ஒன்றும் சொல்லாமல் இருக்கிறீர்களே!' என்றான்.

பல காலமாகப் பாண்டிப் படையில் இருந்து அனுபவம் அடைந்தவர்கள் பேசும்பொழுது நான் குறுக்கே பேசலாமா? அவர்கள் சொல்வதையெல்லாம் சொல்லட்டும் என்று இருக்கிறேன்" என்றார் அவர்.

"உங்கள் கருத்துத்தான் மிகவும் முக்கியமானது. இப்போது வந்திருக்கும் ஆபத்து உங்கள் நாட்டுக்குத் தான்" என்றான் பாண்டிய மன்னன்.

"உங்கள் நாடு, எங்கள் நாடு என்ற வேற்றுமைக்கே இடம் இல்லை. பொதுவாகப் பாண்டிய நாட்டுக்கு வந்த ஆபத்து என்றுதான் இதைச் சொல்ல வேண்டும். மன்னர் பெருமான் ஆட்சியில் அமைந்த நிலப் பகுதி முழுவதும் ஒரே உடம்பு போன்றது. அதில் எந்த மூலையில் தீங்கு நேரினும் அதைப் போக்க யாவருமே முற்பட வேண்டும். அன்றியும், இப்போது வந்திருப்பதை அப்படி ஒன்றும் பெரிய ஆபத்தாக நான் கருதவில்லை."

சோழன் மன்றாடியாருடைய சொற்களில் இன்பம் கண்டான். எல்லாருமே அவர் முகத்தைப் பார்த் தார்கள்.

"சோழனுக்குப் பாண்டிய மன்னருடைய பெருமை தெரியாதா? கோபம் அறிவை மறைத்துவிட்டது. நான் சொல்லி அனுப்பிய விடையினால் அவனுக்குச் சினம் மூண்டிருக்கவேண்டும். அதனால்தான் இந்தப் பைத்தி யக்கார வேலையில் ஈடுபட்டிருக்கிறான். குறுமுளையைத் தறிக்கக் கோடரியா வேண்டும்? மன்னர்பிரான் அடியேனுக்கு உத்தரவு கொடுக்கட்டும்; ஒரு வேளையில் சோழனை விரட்டிவிட்டு வருகிறேன்" என்று மிடுக்கோடு சொன்னார் மன்றாடியார். நானே நேரில் படையெடுத்துச் செல்லலாம் என்று அல்லவா யோசிக்கிறேன்?"

"மன்னர் பிரான் திருவுள்ளம் தெரிந்தும் அதை மறுக்கிறேன் என்று எண்ணக் கூடாது. சோழன் படை வலிமை இன்னதென்று யாவருக்கும் தெரியும். அவ னுக்கு உண்மையான வீரமும் படை வலிமையும் இருந்தால் இப்படி ஓரக் காலிலே போயா முட்டுவான்? தைரியம் இருந்தால் நேரே மதுரைப் பக்கம் அல்லவா வர வேண்டும்? அவலை நினைத்துக்கொண்டு அவன் உரலை இடிக்கிறான். அவனை அடக்கப் பெரிய படை ஒன்றும் வேண்டியதில்லை."

"கொங்குப் படை ஒன்று மட்டும் இருந்தால் போதுமா? வேறு படைகளையும் துணைக்கு அழைத்துச் செல்லலாமே!" என்றான் மன்னன்.

வேண்டியதில்லை. கொங்கு வீரர்கள் தனியே போரிட்டுத் தனியே வெற்றி கண்டார்கள் என்ற பெருமையைக் கொள்ளக் கூடாது என்ற எண்ணம் என் தோழர்களுக்கு இராதென்று நினைக்கிறேன்."

"சே! சே! என்ன அப்படிச் சொல்லுகிறீர்கள்? அப்படி வேறு வேறாக நினைக்க மாட்டோம்" என்று மற்றத் தலைவர்கள் இடைமறித்துக் கூறினார்கள்.

3

கொங்கப் பெரும் படை பாண்டியன் ஏவலினால் காரைக்கோவாகிய சர்க்கரை மன்றாடியார் தலைமையில் எழுந்தது. தங்கள் நாட்டுக்கு வந்த ஏதத்தைப் போக்கும் பெரும் பேறு தங்களுக்குக் கிடைத்திருக்கிறது என்ற எண்ணம் கொங்கு வீரர்களுக்கு ஊக்கத்தை-ஏற்படுத்தியது. கருவூரை அடைந்தது படை, சோழர் படைக்கும் கொங்கர் படைக்கும் போர் மூண்டது.

சோழன் எதையோ நினைந்து படையெடுத்து விட்டாலும், பிறகு பாண்டியன் படை வந்து எதிர்த்தால் என்ன செய்வது என்ற அச்சம் தோன்றியது. ஆனால் இப்போது பாண்டியன் படை முழுவதும் வரவில்லை. என்று உணர்ந்து ஆறுதல் பெற்றான். கொங்கர்களின் வீரத்தைக் கண்டறியாதவன் அவன்.

போர் இவ்வளவு கடுமையாக இருக்கும் என்று சோழன் எதிர்பார்க்கவில்லை. சர்க்கரையின் படைத் தலைமையில் கொங்க வீரர்கள் எத்தனை கட்டுப்பாட்டுடன் போரிட்டார்கள்! ஒவ்வொரு வீரனும் ஓர் யானையைப் போல இருந்தான். அவர்களுடைய

ஆற்றலுக்கு முன் சோழ வீரர் எம்மாத்திரம்? சோழர் படை தளர்ச்சி யுற்றது. மெல்ல மெல்லக் கருவூரின் எல்லையினின்றும் பின் வாங்கியது.

சோழர் படையில் பலர் அழிந்தனர். சோழ வீரர்களின் குருதி ஆறாக ஓடியது. படைக்குத் தலைமை தாங்கி நின்றான் சோழன். கொங்கர் படைத் தலைவரான சர்க்கரையும் சோழனும் நேருக்கு நேர் சந்தித்தார்கள். சர்க்கரை விட்ட அம்பு சோழனது தலைக் கவசத்தைத் தள்ளியது. அடுத்த அம்பு அவன் கேசத்தைப் பிய்த்துக் கொண்டு சென்றது. 'தலைக்கு வந்தது தலைப்பாகை யோடு போயிற்று' என்று அவன் புறங்காட்டி ஓடத் தொடங்கினான். சோழப் படை தன் வேகத்தை ஓட்டத்தில் காட்டியது. அந்தப் படையை நெடுந்தூரம் கொங்குப் படை துரத்திச் சென்றது. இனி மீள மாட்டார்கள் என்று எண்ணிச் சர்க்கரை திரும்பினார்.

மதுரையில் பாண்டிய மன்னன் வெற்றி வீரராகத் திரும்பிய மன்றாடியாரை எதிர்கொள்ள ஆர்வத்தோடு காத்திருந்தான். போரில் தோள் வலி காட்டிய சிங்கக் குட்டிகளாகிய படை வீரர்களுடன் சர்க்கரை வந்து கொண்டிருந்தார். வரும் வழியெல்லாம் அவருக்குப் பாராட்டு. மதுரையை வந்து அடைந்ததும் மன்னன், படைத் தலைவர்களோடும் அமைச்சர்களோடும் அவை கூட்டி, அவரை வரவேற்றுச் சிறப்புச் செய்தான்,

"சர்க்கரை மன்றாடியார் இன்று தம்முடைய நாட்டைக் காப்பாற்றிப் புகழ் பெற்றார்" என்று பாண்டியன் சொல்லும்போது, "இல்லை, இல்லை; பாண்டிய மன்னர் ஏவலின்படி அவர் பாதுகாப்பிலுள்ள பகுதியைப் பல

வீரர்களின் துணை கொண்டு ஓரளவு காவல் புரிந்தனர் என்று சொல்லுவதுதான் முறை" என்றார் மன்றாடியார்.

"உங்கள் பணிவும், என்பால் உள்ள அன்பும் உங்கள் பெருமையை உயர்த்துகின்றன.உங்கள் வீரம் பாண்டி நாட்டின் செல்வம். உங்களால் இன்று சோழன் நம் படையின் பெருமையை உணர்ந்தான். அவன் எடுத்த ஓட்டம் புகார் நகரத்து அரண்மனையின் அந்தப்புரத்தில்தான் போய் முடிந்திருக்க வேண்டும்" என்று புகழுரை கூறினான் பாண்டியன்.

"இனிச் சோழ மன்னன் தன் ஆயுள் முழுவதுமே போரைப் பற்றி நினைக்கமாட்டான்" என்றார், படைத் தலைவர் ஒருவர்.

"நீங்கள் பாண்டிய நாட்டுக்குக் கண். நாட்டுத் தலைவராக இருந்த உங்களைச் சேனாபதி ஆக்கினேன். அதற்கு நீங்கள் எவ்வளவு பொருத்தமானவர்கள் என்பதை இன்று உலகம் உணர்ந்துகொண்டது. உங்களை வெறும் சேனாபதி என்றா சொல்வது? நீங்களே நல்ல சேனாபதி. இத்தகைய நல்ல சேனாபதி இருக்கும்பொழுது எனக்குப் பகையைப் பற்றி என்ன கவலை?" என்றான் பாண்டியன். அவன் பேருவகையோடு சொன்ன வார்த்தை நிலைத்து விட்டது. நல்ல சேனாபதி என்று பாராட்டியதே சர்க்கரை மன்றாடியாருக்குச் சிறப்புப் பெயராகி விட்டது. அன்று முதல் அவரை யாரும் பெயர் சொல்லி அழைப்பது இல்லை. நல்ல சேனாபதி என்றே வழங்கினார்கள். அவர் குலத்தில் வந்த வழித் தோன்றல்களில் பலர், நல்ல சேனாபதிச் சர்க்கரை மன்றாடியார் என்ற பெயரோடு விளங்குகிறார்கள்.

நல்ல சேனாபதி செய்த போரின் சிறப்பை ஒரு தனிப் பாடல் அழகாகச் சொல்லுகிறது.

ஆறெல்லாம் செந்நீர்;
அவனியெல்லாம் பல்பிணங்கள்;
தூறெல்லாம் சோழன்
சரிகுஞ்சி:- வீறுபெறு
கன்னிக்கோன் ஏவலினால்
காரைக்கோன் பின்தொடரப்
பொன்னிக்கோன் போன
பொழுது.

(செந்நீர்-இரத்தம். தூறு - புதர், சுரிகுஞ்சி - சுருண்ட தலைமயிர். கன்னிக்கோன் - கன்னியாகுமரிக்குத் தலைவனான பாண்டியன். காரைக்கோன் - நத்தக்காரையூர்த் தலைவரான சர்க்கரை மன்றாடியார். பொன்னிக்கோன் - காவிரிக்கு உரியவனான சோழன்.

சோழனுடைய தலையின் மீது மன்றாடியார் அம்பு தவழ்ந்து சென்றதாதலின், 'தூறெல்லாம் சோழன் சுரிகுஞ்சி' என்று பாட்டுச் சொல்கிறது. பொன்னிக் கோன் போனான் புகார் என்பதும் ஒரு பாடம்.]

பகதூர் தொண்டைமான்

கொங்கு நாட்டில் அங்கங்கே குறுநில மன்னர்களாக வாழ்ந்த பலர் அவ்வப்போது மன்னர்களுக்கு உறுதுணையாகச் சென்று அவர்கள் செய்த போரில் உதவி செய்து பகையை ஒழித்து வெற்றிபெறச் செய்திருக்கிறார்கள். அவர்கள் தம்முடைய படைவீரர்களையும், துணையரசருடைய படை வீரர்களையும் கூட்டிப் போர் செய்வதோடு, தனியே வீரர்களாக வாழ்பவர்களையும் அழைத்துப் போரில் துணையாகும்படி செய்வார்கள். பழங்காலத்தில் வாழ்ந்திருந்த மலையமான் திருமுடிக்காரி முதலிய வீரர்கள் அவ்வண்ணம் துணையாகச் சென்று மன்னர்களுக்கு உதவி புரிந்தார்கள்.

ஒரு சமயம், சோழ அரசன் ஒருவனுக்கும் தொண்டை நாட்டை ஆண்டு கொண்டிருந்த தொண்டைமானுக்கும் போர் நிகழ்ந்தது. அப்போது தொண்டைமானுடைய படைப் பலத்தைக் கண்ட சோழன், தன் படை அதற்கு எதிர் நில்லாதென்று உணர்ந்தான்,

ஆகவே, துணைப் படைகளைச் சேர்த்துக்கொள்ள வேண்டுமென்னும் எண்ணம் உண்டாயிற்று.

அக் காலத்தில், கொங்கு நாட்டில் இருந்த பெரு வீரன் ஒருவன் தன் துணைவர்களாகிய பல வீரரோடு ஒரு பெரும் படையை வைத்திருந்தான். இதை அறிந்த சோழன் ஆள் விட்டு அவ்வீரனைத் தனக்குத் துணை வரும்படி வேண்டினான். அப்படியே அக் கொங்கு

நாட்டு வீரன் தன் படையுடன் சென்று சோழனுக்குத் துணையாக நின்று தொண்டைமானை வென்றான். இந்த வெற்றிக்குக் கொங்கு வீரனுடைய வலிமையே காரணம் என்று அறிந்த சோழன் அவனை மிகப் பாராட்டிப் பரிசு வழங்கினான். அன்றியும், தொண்டைமான் என்னும் சிறப்புப் பெயரும் அளித்தான். அதுமுதல் அந்த வீரனை யாவரும் தொண்டைமான் என்றே வழங்கி வரலாயினர்.

பண்டைய நாளில்ஒன் னார்பஞ்சு
போலப் பறந்தக்கலத்
திண்டிறல் காட்டிய காளையை
நோக்கிஅச் செம்பியனும்
தொண்டைமான் என்று தனதுகற்
பேரும் சிறப்புமிக
வண்தரை மீதினிற் பெற்றவ
னும்கொங்கு மண்டலமே

என்ற பாடல் அவனுடைய புகழைக் கூறுகின்றது. பழங்காலத்தில் பகைவர்கள் பஞ்சைப்போலப் பறந்து அகலும்படி திண்ணிய வலிமையைக் காட்டிய வீரனைப் பார்த்து, அவனைத் துணையாகக் கொண்ட சோழன், தொண்டைமான் என்று அவனுடைய பேரும் சிறப்பும் மிகுதியாகும்படி கொடுக்க, இந் நிலவுலகத்தில் பெற்ற வன் இருந்தது கொங்கு மண்டலம்' என்பது இதன் பொருள்.

அந்த வீரனுக்குப் பின் அவன் வழி வந்தவர் களையும் தொண்டைமான் என்றே மக்கள் அழைத்து வந்தனர். மூலனூர் என்ற ஊரில் ஒருவன் தொண்டை மான் என்ற பெயரோடு வாழ்ந்து வந்தான். அவனும் பெருவீரன். அக்

காலத்தில் ஆர்க்காட்டில் நவாபு அரசாண்டிருந்தார். கொங்கு நாட்டில் சங்ககிரி என்னும் இடத்தில் உள்ள மலையின்மேல் ஒரு கோட்டை உண்டு. அதைச் சங்ககிரி துர்க்கம் என்பார்கள். அங்கே அரசர் தம் பகைவர்களைச் சிறை வைக்கும் வழக்கம் இருந்தது.

நவாபு சில காலம் சங்ககிரிக்கு வந்து தங்குவது உண்டு. கொங்கு நாட்டிலும் பிற இடங்களிலும் உள்ள பாளையக்காரர்கள் அங்கே வந்து அவரைக் கண்டு செல்வார்கள்.

மூலனூரில் வாழ்ந்திருந்த தொண்டைமானுக்கு அந்த நவாபைக் காணவேண்டும் என்ற ஆசை எழுந்தது. நவாபினிடம் சிறப்பாகச் சொல்லிக் கொள்ள அவ்வீரனுக்கு ஒரு குறையும் இல்லை. தன்னுடைய உடல் வலிமையைக் காட்ட வேண்டும் என்ற விருப்பம் மாத்திரம் இருந்தது. பழைய காலம்போல் ஏதேனும் போர் நேருமானால் படையில் தனக்கும் ஒரு பதவி கொடுத்தால் தன் தோள் தினவு தீரும் என்று சொல்லிக் கொள்ளும் எண்ணமும் இருந்திருக்கலாம்.
நவாபு சங்ககிரிக்கு வந்து தங்கியிருக்கிறார் என்ற செய்தி மூலனூர் வீரனுக்குத் தெரிந்தது. அவரைக் காணவேண்டும் என்று புறப்பட்டான். சங்ககிரிக்கு வந்து சேர்ந்தான். அவரைக் காணும் பொருட்டு வேறு வேறு இடங்களிலிருந்து பலர் வந்திருந்தார்கள்.

ஏதோ முக்கியமான அரசியல் நிகழ்ச்சிக்கு ஏற்பாடு நடைபெறுவது போலத் தோன்றியது. பாளையக் காரர்கள் வருவதும் போவதுமாக இருந்தார்கள். அங்கங்கே நவாபின் பிரதிநிதிகளாக இருந்தவர்களும்

வந்து சில நாட்கள் தங்கி, அவரைப் பார்த்துப் பேசிவிட்டுச் சென்றார்கள்.

நவாபு குடும்பத்தோடு வந்து தங்கியிருந்தார். நீண்ட காலம் தங்கும் நோக்கத்தோடே வந்திருந்தார். மூலனூர் வீரனுக்கு நவாபைக் காணும் சந்தர்ப்பம் கிடைக்க வில்லை. மிகவும் முக்கியமான கருத்துக்களை அவரிடம் சொல்லி ஆலோசனை செய்ய வந்தவர்களிற் சிலர், இன்னும் அவரைக் காண முடியாமல், அதற்குரிய செவ்வியை எதிர்பார்த்துக் கொண்டிருந்தார்கள்.

இந்த நிலையில் தான் நவாபைக் காண முடியா தென்று எண்ணிய மூலனூர்த் தொண்டைமான் ஊருக்குச் சென்று பின்பு ஒரு முறை வரலாம் என்று எண்ணினான். ஆனாலும், அவனுக்கு இப்போதே பார்த்து விட வேண்டும் என்று வேகம் உண்டாயிற்று. 'எடுத்த காரியம் சிறியது. இதில் வெற்றி பெறாவிட்டால் வேறு எந்தக் காரியத்தைச் சாதிக்கப் போகிறோம்?' என்று அவனுக்குத் தோன்றியது. எப்படியாவது நவாபைப் பார்த்து விட்டே செல்வதென்று முடிவு கட்டினான்.

நவாபுக்கு ஒரு மகன் இருந்தான். அவன் மிடுக்குடையவன். கோழிப் போர், ஆட்டுக்கடாப் போர் இவற்றில் மிகவும் விருப்பம் உள்ளவன். அவனே ஓர் ஆட்டுக் கடாவை வளர்த்து வந்தான். அது கொழு கொழு வென்று வளர்ந்தது. நெடுந்தூரம் வரும் போதே அதன் நாற்றம் வீசும். அந்த ஆட்டை நவாபின் பிள்ளை சங்ககிரிக்கும் அழைத்து வந்திருந்தான்.

வளமான உணவைத் தின்று கொழுத்திருந்த ஆடு சங்ககிரி வீதியிலே உலா வரும். வேறு ஆட்டைக் கண்டால்

எளிதில் விடாது. ஆடு. என்ன? மாட்டைக் கூட அது எதிர்க்கும். நாயை முட்டும். தன்னுடைய வலிமையினால் அது எல்லோரையும் அஞ்சச் செய்தது. நவாபின் மகன் வளர்க்கும் ஆடல்லவா? அதனால் யாரும் அதை ஒன்றும் ஒன்றும் செய்வதில்லை; போகிற போக்கிலே விட்டு விட்டார்கள்.

நவாபின் ஆடு வருகிறதென்றால், குழந்தைகளுக் கும் பெண்களுக்கும் குடர் குழம்பும். இன்று அவனை முட்டித் தள்ளி விட்டது; இன்று அந்தக் கடைக்குள்ளே புகுந்தது; இன்று அந்தக் கீரைக்காரியை முட்டித் தள்ளிக் கீரை முழுவதையும் தின்று விட்டது என்பன போன்ற செய்திகள் நாள் தோறும் பரவலாயின. மதம் பிடித்த யானையைக் கண்டு பயப்படுவது போல் மக்கள் அஞ்சினர். பத்துப் பேராகச் சேர்ந்து அதை அடக்குவது பெரிய காரியம் அன்று. ஆனால் நவாபின் ஆடு அல்லவா அது? அதன் பக்கத்தில் போக முடியுமா? ஆட்டின் பலத்தைவிட அதிகார பலத்துக்குத்தான் அவர்கள் மிகுதியாக அஞ்சினார்கள்.

நவாபைக் காண வந்தும் செவ்வி நேராமல் கொங்குநாட்டு வீரன் சங்ககிரி வீதியில் உலாவினான். நவாபின் அதிகார மிடுக்காலும், உணவுச் செருக்காலும் ஆட்டுக் கடர் அடக்குவார் இன்றி, அதே வீதியில் நடைபோட்டுக் கொண்டிருந்தது.

ஒரு நாள் மூலனூர்த் தொண்டைமான் வீதியிலே நடந்து கொண்டிருந்தான். அப்போது ஒரு பெண் புலம்பிக்கொண்டு ஓடி வந்தாள். அவள் கையில் பலவகைக் காய்கறிகள் இருந்தன. "ஆடு, ஆடு !" என்று கதறிக் கொண்டே ஓடினாள். பின்னாலே நவாபின் ஆடு

துரத்திக் கொண்டு வந்தது. தொண்டைமானுக்கு அந்தப் பெண்ணை பார்க்கப் பரிதாபமாக இருந்தது. சட்டென்று ஆட்டுக்கு முன் போய் நின்றான். அது பிரமித்து நின்றது. அவனை முட்ட வந்தது. அவன் தன் ஊரில் மாட்டையும் ஆட்டையும் அடக்கிய திறலாளன்.

ஆதலால் நெளிவறிந்து அதை மடக்கி விட்டான். அந்த ஆடு அவனை ஒன்றும் செய்ய முடியாமல் வந்த வழியே போய் விட்டது. காய்கறி வைத்திருந்த பெண்மணி பெற்றேன், பிழைத்தேன் என்று ஓடிப்போனாள்.

தொண்டைமான் அந்த முரட்டுக் கடாவை அடக்கியதைக் கண்ட ஊர் மக்கள் வியந்தார்கள். அவனுடைய வீரத்தைப் பாராட்டினார்கள். சிலர், நவாபின் காதில் விழுந்தால் இவனை என்ன செய்வாரோ?' என்று அஞ்சினார்கள். தொண்டைமான் அவர்கள் வார்த்தை ஒன்றையும் காதில் போட்டுக் கொள்ளாவிட்டாலும், அந்த ஆடு நவாபின் மகன் வளர்க்கும் செல்ல ஆடு என்ற செய்தியைத் தெரிந்து கொண்டான். அப்போது அவனுக்கு ஒரு புதிய எண்ணம் தோன்றியது.

மறுநாள் அந்த ஆடு வரும் வழியையே பார்த்துக் கொண்டு தெருவில் நின்றிருந்தான் தொண்டைமான். ஆடு வந்தது. அதை வீரன் பற்றினான். அது திமிறியது. அதனை அடக்கியதோடு தன் கையில் இருந்த கூரிய அரிவாளால் அதன் காதுகள் இரண்டின் நுனியையும் அறுத்து விட்டான். இதுவரையில் எதிர்ப்பின்றி மனம் போலத் திரிந்த அந்த ஆட்டுக்குச் சினம் பொங்கியது. ஆனாலும், தொண்டைமான் இடம் தெரிந்து தட்டிய தட்டுகளால் அது சோர்வடைந்து போய்விட்டது.

கடாவின் காதை அறுத்த இந்தச் செய்தி ஊர் முழுவதும் பரவியது. "ஐயோ, பாவம்! இவனுக்கு என்ன போதாத காலமோ, இந்தக் காரியத்தைச் செய்து விட்டான்!" என்றே யாவரும் இரங்கினார்கள். நிச்சயம் தொண்டைமானுக்குத் தக்க தண்டனை கிடைக் கும் என்றே அஞ்சினார்கள். ஆனால், அதே சமயத்தில் "இப்படி ஒரு வல்லாள கண்டன் வந்தால்தான் அந்த முரட்டு ஆடு அடங்கும்" என்றும் பேசிக்கொண்டார்கள். காதறுந்த ஆடு நவாபின் மகன் முன் போய் நின்றது. அவன் மூக்கறுந்தவன் போல் ஆனான்.

"எந்தப் பயல் இந்தக் காரியத்தைச் செய்தான்?" என்று குதித்தான். நவாபுக்குச் செய்தி போயிற்று.

"இந்தக் காரியத்தைத் துணிந்து செய்தவனை உடனே என்முன் கொண்டு வந்து நிறுத்துங்கள்" என்று உத்தரவு பிறந்தது.

மூலனூர்த் தொண்டைமான் தான் செய்த காரியத்திற்காக இரங்கவில்லை. தண்டனை கிடைக்குமே என்று அஞ்சவும் இல்லை. தலை மறைவாக இருக்கவும் அவனுக்கு விருப்பம் இல்லை. அவன் இதை வேண்டுமென்றே செய்திருக்கிறான். ஆதலால் மேல் விளைவுக்கும் அவன் ஆயத்தமாக இருந்தான்.

நவாபின் ஏவலர்கள் தொண்டைமானை அழைத்துக் கொண்டு நவாபின் முன் நிறுத்தினார்கள். வீரன் நவாபுக்குப் பணிவுடன் ஒரு சலாம் போட்டு நின்றான். நவாபு அவனை ஏற இரங்கப் பார்த்தார். ஆள் வாட்ட சாட்டமாக இருந்தான். அவன் திண்ணிய தோள்களும் பரந்த மார்பும் அவருக்கு வியப்பை உண்டாக்கின,

"நீதானே கடாவின் காதை அறுத்தவன்?" என்று கேட்டார்.

"ஆம்" என்றான் தொண்டைமான்.

"ஏன் அப்படிச் செய்தாய்?" என்று சினக்குறிப் புடன் கேட்டார் நவாப்.

'நான் சொல்வதைப் பொறுமையுடன் கேட்க வேண்டும். இரண்டு காரணங்கள் உண்டு. சொல்லட்டுமா?"
சொல்!"

"முதல் காரணம்: நாவாபு அவர்களைக் காண வேண்டும் என்று நான் இங்கே வந்து பல நாட்களாகக் காத்துக் கொண்டிருக்கிறேன். பேட்டி கிடைக்கவில்லை. எப்படியாவது பார்த்துவிட வேண்டுமென்ற ஆசை எழுந்தது. நவாபு சிறந்த வீரர்களைப் பாராட்டும் பெரு வீரர் என்று கேள்வியுற்றிருக்கிறேன். கோழைகளைப் போல் அஞ்சாமல் வீரச் செயல் செய்கிறவர்களிடம் நவாபு வமிசத்தாருக்கு அன்பு அதிகம் உண்டென்பதை எல்லாரும் சொன்னார்கள். அதனால் சமூகத்தைப் பார்க்க வேண்டும் என்ற ஆசை பொங்கி எழுந்தது. அதனால் இப்படிச் செய்தேன்."

"இதற்கும் அதற்கும் என்ன சம்பந்தம்?"

"சமூகத்தின் கவனம் இந்த ஏழையின்மேல் பட வேறு வழி ஒன்றும் தெரியவில்லை. நான் எந்தப் பாளையத்துக்கும் சொந்தக்காரன் அல்ல. அரசாங்க அதிகாரியும் அல்ல."

"ஏன் என்னைப் பார்க்க வேண்டும் ?"

"நல்ல அரசரென்றும் வீரத்தைப் பாரரட்டுகிறவ ரென்றும் சொன்னார்கள். அதனால் பார்க்க எண்ணினேன். வீரம் ஒன்றுதான் நான் பெற்றிருப்பது. அதைச் சமூகத்துக்குப் பயன்படும்படி செய்ய வேண்டும் என்பது என் ஆசை. இதைத் தெரிவிக்க வேறு வழி இல்லை. அதனால்தான் இந்தக் காரியத்தைச் செய்தேன். சமுகத்தின் முன்னே வலிய இழுத்துச் சென்று நிறுத்தி வைப்பார்கள் என்று தெரிந்தே இதைச் செய்தேன். சமூகத்தின் முன் நின்று பேசவேண்டும் என்பதற் காகவே இது செய்தேன்."

தொண்டைமானுடைய பேச்சும் மிடுக்கும் உருவமும் நவாபின் உள்ளத்தை ஈர்த்தன. அவன் தமக்குப் பயன்பட வேண்டும் என்ற விருப்பமுடையவன் என்பதைத் தெரிந்து கொண்டபோது அவர் சினம் தணிந்தது.

"இரண்டு காரணம் என்றாயே; மற்றொன்று என்ன?" என்று கேட்டார் நவாப்.

"அது சாமானியமான காரணம். இந்தக் கடா ஊரில் உள்ளவர்களுக்குத் தொந்தரவு கொடுத்து வந்தது. இது வீதியில் வரும்போது பெண்கள் நடமாட முடிவதில்லை. இதன் மிடுக்கைக் கொஞ்சம் குறைக்க வேண்டும் என்று நினைத்தேன்."

"இது நம்முடைய கடா என்று தெரியாதா?"

"தெரியும். சமூகத்தில் மக்களுக்கு எது நன்மை என்று அறிந்து அதைச் செய்யும் பண்பு நிறைந்திருக்கிறதென்று

அறிந்திருக்கிறேன். இந்தக் கடாவினால் உண்டாகும் அபாயத்தை யாரும் இங்கே தெரிவித்திருக்க மாட்டார்கள். இதைக் கண்டு யாரும் பயப்படுவதோடு, இதனால் விளையும் தீங்குகளினால் மக்கள் தங்களுக்குள் நவாபு அவர்களைப் பழி கூறி வருகிறார்கள். அறிவில்லாத ஓர் ஆட்டின் பொருட்டு, சமூகத்திற்குக் கெட்ட பெயர் வரக்கூடாதல்லவா? ஆகையால், அதை உக்கி மக்களுடைய பயத்தைப் போக்கினால் சமூகத்துக்கு வந்த பழியைப் போக்கினவன் ஆவேன் என்று எண்ணினேன்,''

இப்போது நவாப் தொண்டைமானுடைய பேச்சுச் சாதுரியத்தையும் வியந்தார்;'இப்படி ஒரு வீரனை நம் கையில் வைத்திருந்தால் நமக்குச் சமயத்தில் பயன்படுவான்' என்ற எண்ணம் அவருக்கு உண்டாகி விட்டது. ஆட்டை நீ கொன்றிருக்கலாமே?" என்ற கேள்வி நவாபிடமிருந்து பிறந்தது.

'என்னுடைய நோக்கம் என் வலிமையைச் சமூகத்துக்குத் தெரிவிக்க வேண்டும் என்பதுதான். அந்த வாயில்லாப் பிராணியைக் கொன்று என்ன பயன்? அதை நாம் அடக்கினால் அடங்கிவிடுகிறது: அடக்கா விட்டால் துள்ளுகிறது.'

நவாப் சிறிது யோசனையில் ஆழ்ந்தார். அருகில் இருப்பவர்கள், அவர் என்ன தண்டனை விதிக்கப் போகிறாரோ என்று கவனித்துக் கொண்டிருந்தார்கள். நவாப் பேசலானார்; "நீ சிறந்த வீரன்; உன்னை நான் மெச்சுகிறேன்."

தொண்டைமான் நிமிர்ந்து நோக்கினான்.

நீ பெரிய வீரன் மட்டும் அல்ல; பேச்சிலும் வல்லவன். உன் உடற் பலத்தையும் அறிவுப் பலத்தையும் பாராட்டுகிறேன். நமக்குத் தேவையானபோது உனக்கு ஆள் விடுகிறேன். நீ இனி நம்முடைய சேவகன். உன் பெயர் இனி வெறும் தொண்டைமான் அல்ல. "வளர் கடாவைக் காதறுத்த பகதூர் தொண்டைமான் நீ" என்று நவாபு சொன்னபோது யாவரும் அவனையே பார்த்தார்கள்;

அவன் நன்றியறிவோடு சலாம் வைத்தான். அன்று முதல் அவன் பின்னும் செருக்கோடு தன் வலிமையைப் பாதுகாத்து வந்தான். வளர்கடாவைக் காதறுத்த பகதூர் தொண்டைமான் என்ற பெயர் எங்கும் வழங்கலாயிற்று.

வாசலில் ஏடு

புலவர் நெடுந்தூரத்திலிருந்து வந்திருந்தார். வாணராயரைக் கண்டு அளவளாவ வேண்டுமென்றும், அவரால் தம்முடைய வறுமையைப் போக்கிக் கொள்ள வேண்டுமென்றும் எண்ணி வந்திருந்தார். அவருடைய தூரதிருஷ்டம் வாணராயர் எங்கோ வெளியூர் போயிருந்தார். வந்திருப்பவர் புலவர் என்பதை அறிந்து வீட்டில் உள்ளவர்கள் உபசரித்து வரவேற்றார்கள். வாணராயர் இன்னும் சில நாட்களில் வந்து விடுவாரென்றும், அது வரையில் தங்கியிருக்கலாமென்றும் அவர்கள் சொன்னார்கள். புலவர் நாணம் உடையவராதலின், சும்மா பொழுது போக்கிக் கொண்டு முகம் அறியாதவர்களுக் கிடையில் இருக்க விரும்பவில்லை. பின்பு வருகிறேன் என்று சொல்லிப் போய்விட்டார்.

வாணராயர் வெளியூருக்குப் போயிருந்தவர் திரும்பி வந்தார். புலவர் ஒருவர் வந்திருந்த செய்தியை உறவினர்கள் சொன்னார்கள்.

"அவர் எந்த ஊர்? என்ன பேர்?" என்று வினவி னார் வாணராயர். அவர்கள் அவற்றைக் கேட்டு வைத்துக் கொள்ளவில்லை என்று சொன்னார்கள். அதனை அறிந்து மிக வருந்தினார் வரணராயர். 'வந்தவர் எவ்வளவு பெரிய புலவரோ! குறிப்பு அறிந்து ஈயும் கொடையாளிகளிடந்தான் தண்டமிழ்ப் புலவர் செல்வார்கள். அவர் எப்படி மனம் வருந்திப்போனாரோ?" என்று எண்ணி எண்ணி நைந்தார்.

வந்தவர் புலவர் என்று அறிந்தும் நீங்கள் சும்மா இருந்து விட்டீர்களே!" என்று வீட்டில் உள்ளவர்களைக் கடிந்து கொண்டார். அவர்கள் புலவரைத் தங்கியிருக் கும்படி சொன்னதைத் தெரிவித்தார்கள். "நீங்கள் வற்புறுத்திச் சொன்னால் அவரை இருக்கும்படி செய்திருக் கலாம்" என்றார்.

இந்த நிகழ்ச்சி அவர் மனத்தைப் புண்படுத்தி விட்டது. கொங்கு நாட்டில் வாழ்ந்திருந்த செல்வர்களில் வாணராயர் ஒருவர். அவர் பவளகுலம் என்னும் மரபில் வந்தவர். கோயம்புத்தூர் மாவட்டத்தில் சமத்தூர் என்னும் ஊரில் உள்ள குறுநில மன்னர்களுக்கு வாணராயர் என்னும் சிறப்புப் பெயர் இன்றும் இருந்து வருகிறது. புலவரைக் கண்டு இன்புற இயலவில்லையே என்று வருந்திய வாணராயர் தம்மை நாடிவரும் புலவர்களிடம் பேரன்பு பூணும் இயல்புள்ளவர். அவர்களால் புகழ் அடைபவர். அவர்களுடைய குறை இன்னதென்று அறிந்து அதனைப் போக்கும் இயல்புடையவர்.

பின்னும் ஒரு நாள் இந்த வாணராயர் வெளியூர் சென்றிருந்தபோது வேறு ஒரு புலவர் வந்தார். அவருடைய ஊர், பேர் முதலியவற்றைக் கேட்டுத் தெரிந்து கொண்டார்கள், வீட்டில் உள்ளவர்கள் அன்பாகப் பேசி, செல்வர் வந்து விடுவார் என்று சொல்லி நிறுத்திவைத்தார்கள். புலவர் ஒருநாள் தங்கினார். தம்முடைய தமிழ்ப் புலமைக்குப் பயனின்றி, யாருடனும் அளவளாமல் சோறு தின்று சும்மா இருப்பதை அவர் விரும்பவில்லை; "பின்பு ஒருமுறை வருகிறேன்" என்று கூறி விடைபெற்றுச் சென்றார்.

அப் புலவர் தொண்டை நாட்டிலிருந்து வந்தவர். தமிழுலகத்தில் அவருடைய பெயரை அறியாதவர் அரியர். வாணராயர் தம் ஊர் வந்து சேர்ந்தவுடன் நிகழ்ந்தவற்றை அறிந்தார். வீட்டில் இருந்தவர்கள் தாம் செய்ய வேண்டியதைச் செய்தார்கள் என்பதையும் உணர்ந்து கொண்டார். புலவர் பெயரைக் கேட்டவுடன் செல்வருக்கு வருத்தம் மிகுதியாயிற்று. "அடடா! அவரைப் பார்க்க வேண்டுமென்று மிக்க ஆவலோடு இருந்தேனே! என்னை அவர் தேடிக்கொண்டு வந்தும் அவரைச் சந்திக்கும் பேறு எனக்குக் கிடைக்காமல் போயிற்றே!" என்று உள்ளம் வாடினார்.

வேறு ஒரு சமயத்தில் வாணராயர் அளவற்ற வருத்தத்தில் ஆழும் நிகழ்ச்சி ஒன்று நடந்துவிட்டது. அன்று அவர் ஊரில்தான் இருந்தார். ஆயினும் வந்த புலவர் ஒருவரைச் சந்திக்க இயலாமல் போயிற்று. அதற்குத் தக்க காரணமும் இருந்தது.

அவருடைய நெருங்கிய உறவினர் ஒருவருக்கு உடல் நலம் சரியாக இல்லை. அவர் நோய்வாய்ப்பட்டார். வாணராயரோடு அவரது வீட்டில் வாழ்ந்து வந்தவர் அவர். வரவர அவருடைய நோய் கடுமை ஆயிற்று. தக்க மருத்துவர் வந்து பார்த்தார்; "இன்னும் இரண்டு நாட்கள் போகவேண்டும்" என்று சொன்னார். வீட்டில் உள்ளவர்கள் யாவரும் கவலையோடு இருந்தனர்.

இத்தகைய சந்தர்ப்பத்தில் ஒரு புலவர் அந்தச் செல்வரை நாடி வந்தார். வீட்டு வாயிலில் உள்ளவர்களிடம், 'வாணராயர் இருக்கிறாரா?" என்று விசாரித்தார். அவர்கள் இருக்கிறார் என்று சொன்னார்களே யன்றி, அவரை

மலர்ந்த முகம் காட்டி வரவேற்கவில்லை. வாணராயருடைய நல்லியல்புகளைக் கேட்டிருந்த புலவர் அவர்களுடைய போக்கைக் கண்டு மனம் வாடினார். 'நல்ல இடத்தில் இப்படியும் அன்பற்றவர்கள் இருப்பது உலக இயல்புதான்' என்று ஒருவாறு சமாதானம் செய்து கொண்டார். அருகில் நின்றிருந்த வேறு ஒருவரிடம், "இப்போது அந்தப் பெருமானைக் காணலாமோ?" என்று கேட்டார்.

அவர் அயலூரிலிருந்து வந்திருந்தவர்; நோய் வாய்ப்பட்டிருந்தவருக்கு உறவினர். அவரது நோய்நிலை அறிந்து பார்க்க வந்தவர். அவர் புலவரை, "நீர் யார்? அவரை என்ன வேலையாகப் பார்க்கவேண்டும்?" என்று கேட்டார்.

"நான் ஒரு புலவன்; பிரபு அவர்களைக் கண்டு பேசிப் போகலாம் என்று வந்தேன்" என்றார் புலவர். அங்கே நின்றிருந்தவர் புலவர்களின் பெருமையை உணராதவர். இரவலர் வரிசையில் அவர்களைச் சேர்த்து எண்ணுபவர். அவர் உடனே, 'ஓகோ! புலவரா? அவரிடம் பணம் வாங்க இது நேரம் அன்று. அவருடைய சொந்தக்காரரர் படுத்த படுக்கையாகக் கிடக்கிறார். அவரைப் பார்ப்பாரா? உம்மிடம் வந்து பேசுவாரா?" என்று கூறினார். அவர் பேச்சில் நயம் இல்லை; கடுமை இருந்தது. புலவர் தம் தலையெழுத்தை எண்ணி வருந்தி வந்த வழியே திரும்பிவிட்டார்.

நோயாளி சில நாட்களில் குணம் பெற்றார். அவரிடம் அன்புவைத்து உடனிருந்து ஆவனவற்றைக் கவனித்த வாணராயர் ஆறுதல் பெற்றார். புலவரைக் கடுஞ்சொல்

கூறி அனுப்பியவர் வாணராயருடைய இயல்பைப் பாராட்டினார்.

"மாமனுக்கு வைத்தியர் கொடுத்த மருந்தில் பாதிக் குணம் உண்டாயிற்று. நீங்கள் அருகில் இருந்து கவனித்ததனால் பாதிக் குணம் ஏற்பட்டது" என்றார். நோய் வாய்ப்பட்டிருந்தவரையே அவர் மாமன் என்று குறிப்பிட்டார்.

நான் அருகில் இருந்து என்ன செய்தேன்? அவருடைய வேதனையை வாங்கிக் கொண்டேனா? அவருக்காக மருந்து உண்டேனா? அவருடைய துன்பத்தைக் கண்டபோது அதை வாங்கிக்கொள்ள முடிந்தால், நாமும் அவருடைய வருத்தத்தில் பங்கு பெறலாமே என்று எண்ணியதுண்டு. ஆனால், அது நடக்கிற காரியமா? நடந்தால் நாம் இப்படி எண்ணுவோம் என்பது என்ன உறுதி? நம் கடமையைச் செய்ய வேண்டும் அல்லவா? அதனால் அருகில் இருந்தேன்." நீங்கள் வெளியிலே செல்லாமல் இரவும் பகலும் கட்டிக் காத்தீர்களே! அது பெரிய காரியம் அல்லவா? உள்ளூரிலும் வெளியூர்களிலும் உங்களுக்கு எவ்வளவோ வேலைகள் இருக்கின்றன. வேளாண்மையைக் கவனிக்க வேண்டும். நியாயம் பேசவேண்டும். ஒவ்வொரு நாளும் உங்களைப் பார்க்க எவ்வளவு பேர்கள் வருகிறார்கள்! வேலை இருக்கிறதோ, இல்லையோ, உங்களைப் பார்த்துவிட்டுப் போகலாம் என்று பல சோம்பேறிகளும் வருகிறார்கள். யாரையும் பாராமல் எங்கும் போகாமல் நீங்கள் இப்படி இருந்தது மிகவும் வியப் பான காரியம்" என்றார் அயலூர்க்காரர்.

"எப்போதும் செய்கிற காரியங்களைச் சில நாள் நிறுத்தி வைப்பதனால் குறை ஒன்றும் இல்லை. பின்பு சேர்த்துச் செய்துவிடலாம். இதனிடையில் அவசியமான வேலைகளை நான் விட்டுவிடவில்லை,சாப்பிட மறக்கவில்லை. தூங்குவதற்கும் நேரம் இருந்தது. அப்படியே வேறு சில வேலைகளையும் செய்தேன். முக்கியமானவர்களைக் கண்டு பேசினேன்" என்றார் வாணராயர்.

"இந்தச் சமயத்திலும் நீங்கள் வந்தவர்களுடன் பேசியது ஆச்சரியந்தான். வருகிறவர்களுக்கு உங்கள் அருமை பெருமை எங்கே தெரிகிறது? அவர்களுக்கு அவர்கள் காரியமே குறி. இந்தச் சமயத்தில் நீங்கள் அறியாமல் ஒரு நல்ல காரியம் செய்தேன்."

" என்ன அது?" என்று கொடைவள்ளல் கேட்டார். வழியில் போகிறவர்களெல்லாம் உங்களைத் தொந்தரவுபடுத்தக்கூடாது என்பது என் கருத்து. நான்கு ஐந்து நாட்களுக்குமுன் ஒரு பேர்வழி வந்தான். உங்களைக் காணவேண்டும் என்று சொன்னான். என்னகாரியம் என்று கேட்டேன். 'ஒன்றும் இல்லை,சும்மா பேசுவதற்குத்தான்' என்று சொன்னான்.' அதற்கு இது நேரம் இல்லை என்று சொல்லி அனுப்பிவிட்டேன்."

"அவர் யார் என்று தெரிந்ததோ?"

"யாரோ புலவனாம். புலவனுக்கு இப்போது என்ன வேலை? நல்ல சாப்பாடு போட்டுப் பாட்டுப் பாடச் சொல்லிக் கேட்கலாம். பல்லை இளித்துக்கொண்டு இந்திரனே சந்திரனே என்று பாடுவான்."

அவர் பேசிக் கொண்டிருக்கையிலேயே இடை மறித்து வாணராயர், "புலவரையா போகச் சொன்னீர்கள்?" என்று கேட்டார்.

"ஆமாம், யாரோ சோம்பேறி!" என்று அலட்சியமாகச் சொன்னார் அந்த மனிதர்.

" அடடா! என்ன காரியம் செய்தீர்கள்? புலவர் வந் திருந்தால் என்னிடம் அழைத்துக்கொண்டு வந்திருக்கக் கூடாதோ?" என்று வருத்தம் தொனிக்கும் குரலில் கேட்டார்.

"அந்தச் சமயத்தில் அவனை வேறு அழைத்து வந்தால், அவன் எதையாவது சமயம் அறியாமல்அளக்க ஆரம்பித்து விடுவானே!"

"உங்களுக்குப் புலவர்களின் பெருமை நன்றாகத் தெரியாது என்று நினைக்கிறேன். இந்த வீட்டில் யாருக்கு நுழைய உரிமை இருந்தாலும் இல்லாவிட்டாலும் புலவர்களுக்கு முதல் உரிமை உண்டு. நீங்கள் கண்ட புலவர் எவ்வளவு பெரியவரோ! அவர் உள்ளம் எப்படி வருந்தியதோ!"

வாணராயர் சற்றே பேசாமல் இருந்தார். அவர் தம்முடைய செயலால் மகிழ்ச்சி அடையவில்லை என்பதை உடன் இருந்தவர் உணர்ந்துகொண்டார். மெல்லப் பேச்சை முடித்துக்கொண்டு நழுவிவிட்டார்.

தம்மை நாடிவந்த புலவர்கள் தம்மைக் காண இய லாமல் போவதை வாணராயர் விரும்பவில்லை. முன்னாலே

சொன்ன இரண்டு மூன்று நிகழ்ச்சிகள் அவருக்கு மிக்க வருத்தத்தை உண்டாக்கின. இவ்வாறே வேறு சில சமயங்களில் வேறு காரணங்களால் புலவர்களைக் காண முடியாமல் போயிற்று. ஒரு முறை ஒரு புலவர் வந்திருந்தார். அவரைக் கண்டு வாணராயர் உபசரித்தார். ஒருநாள் புலவர் உடன் தங்கினார், விரை வில் ஊர். செல்லவேண்டும் என்றார். அவருக்குச் செல்வர் பரிசளித்தார். புலவரோ தயங்கித் தயங்கி நின்றார். தமக்கு இன்னது வேண்டுமென்று சொல்லுவதற்கு நாணினார். “உங்களுக்கு என்ன வேண்டும் சொல்லுங்கள்?" என்றார் உபகாரி. புலவர் ஒன்றும் சொல்லவில்லை. பின்னும் சிறிது பொருள் கொடுத்து அனுப்பினார். பிறரிடம் இன்னது வேண்டும் என்று வெளிப்படையாகக் கேட்பதற்கு யாவருக்கும் துணிவு உண்டாகாது என்ற உண்மையை வாணராயர் உணர்ந்தார். புலவர்களுக்கு வேண்டியதை வேண்டுவதற்கு முன் குறிப்பறிந்து கொடுக்கவேண்டும் என்றும், தாம் ஊரில் இல்லாதபொழுது, அவர்கள் வந்தால் தம் விருப்பத்தை உணர்த்த முடியாமல் திரும்புவதைத் தவிர்க்க வேண்டுமென்றும் எண்ணினார். அதற்கு என்ன வழி என்று அவர் பல நாட்கள் ஆராய்ந்தார். இறுதியில் ஒரு வழியைக் கண்டுபிடித்தார்.

பவள குலத்தில் பிறந்த அந்த வள்ளல் தம்முடைய வீட்டு வாயிலில் தனி ஓலைகளையும், எழுத்தாணியையும் தொங்கவிடச் செய்தார். எந்தப் புலவர் வந்தாலும் தம்மைப்பற்றியும் தமக்கு வேண்டியதைப் பற்றியும் அதில் எழுதவேண்டும். வாயில் காவலர்கள் பணிந்து மரியாதையோடு ஓலையையும் எழுத்தாணியையும் புலவர்களிடம் கொடுக்க வேண்டும். புலவர்கள் எழுதியதை உடனே ஏவலாளர்கள் உள்ளே

கொண்டுவந்து கொடுக்கவேண்டும். வாணராயர் அதைக் கண்டு முதலில் புலவருக்கு வேண்டிய பொருள்களை அளிக்கச் செய்து, அவர் உவகையோடு இருக்கும்போது, தாம் அவரை நேரில் கண்டு பேசுவார். அவர் வெளியூருக்குப் போன காலமாக இருந்தாலும், தம்மை நாடி வந்த புலவருடைய ஊர் பேர் முதலியனவும், அவர் விரும்பியது இன்ன தென்பதும் ஓலையில் இருக்கும். ஊரிலிருந்து வந்தவுடன் புலவர் இருக்கும் இடத்துக்கு அவர் விரும்பிய பொருள்களோடு ஆளை அனுப்பி, மறுமுறையும் வர வேண்டும் என்று சொல்லியனுப்புவார்.

இந்த ஏற்பாடு எங்கும் காணாததாக இருந்தது. சில புலவர்கள் தமக்கு இன்னது வேண்டும் என்று செல்வர்களுக்குச் சீட்டுக் கவி எழுதி அனுப்புவதுண்டு ஆனால், எல்லாரும் எப்போதும் அப்படிச் செய்வதில்லை. எல்லாப் புலவர்களுமே தைரியமாக நேர் நின்று தமக்கு இன்னது வேண்டுமென்று சொல்லமாட்டார்கள். அவர்களுக்கு இந்தப் புதிய முறை மிகவும் துணையாக இருந்தது.

புலவர்கள் வாணராயரைப் பார்ப்பதற்கு முன்பே பரிசு கிடைத்தது. அதனால் அவர்கள் உளம் கனிந்து அந்தச் செல்வரைப் பாடினார்கள். தம்மிடம் வருபவர் வேண்டும் பொருளை இந்த முறையில் அறிந்து உதவுவது தமிழுலகுக்கே புதுமையாக இருந்தது; இதை யாவரும் பாராட்டினார்கள். புலவர்களுக்கோ பல வகை யில் நலம் உண்டாயிற்று. வாணராயர் ஊரில் இல்லாமல் இருந்தாலும் அவரை நாடிச் சென்ற புலவர்களுடைய விருப்பம் நிறைவேறியது.

பிறருக்குக் கொடுப்பதில் பல பல நுட்பமான முறைகள் உண்டு. குறிப்பறிந்து ஈதலும், புலவர் வந்து சென்றபிறகு அவரை அறியாமல் பரிசுகளைத் தருவதும், அவர் ஒன்று கேட்டால் பன்மடங்கு வழங்குதலும் முதலிய பலவகையில் புரவலர்கள் தம் அன்பைக் காட்டி யிருக்கிறார்கள். ஆனால், புலவர்கள் நேரிலே தம் வேட்கையைச் சொல்வதற்கு நாணவேண்டிய அவசியம் இல்லாமல், நேரில் காணமுடியாமல் போயிற்றே என்று வருந்த இடம் இன்றி, வாணராயர் தம் வீட்டின் வாயிலில் கட்டியிருந்த ஓலையும் எழுத்தாணியும் செய்து விட்டன. பிறரால் ஓர் உபகாரம் வேண்டுகிறவர்கள், அந்த உபகாரியிடம் பணிவாக இருந்து அதனைப் பெறுவது உலக இயல்பு. இங்கேயோ, எனக்கு இது வேண்டும் என்று கட்டளை விடுப்பதுபோலப் புலவர்கள் தம் கருத் தைத் தெரிவிக்கலாம். பரிசு பெற்ற பிறகு உபகாரியைக் கண்டு பேசி அளவளாவி விருந்து நுகர்ந்து தங்கலாம். வாணராயர் கவிஞர்கள் அனுப்பும் ஓலையைக் கண்டு வெளியே வந்து அவர்களை வரவேற்றார். வேண்டியதை வழங்கினார். பின்பு அவர்களுடைய தமிழ்க் கவி இன்பத்தை நுகர்ந்தார். பல புலவர்கள் தம்மைப்பற்றி எழுதிய ஓலைகள் அவர் வீட்டில் குவிந்தன. புலவர்களு டைய அன்புச் செல்வத்தை அவர் பெற்று வாழ்ந்தார். சித்தாண்டீசர் மோகினி விலாசம் என்ற நூலில் பவள் குல வாணராயர் புகழ் வருகிறது. கட்டியக்காரன் வரு வதைச் சொல்லும் பாட்டு ஒன்றில் வாணராயர் கண்ட வழியைப் புலப்படுத்தும் செய்தி அமைந்திருக்கிறது.

வாயிலில் தொங்கும் ஏட்டில்
வரந்தரப் புலவர்க் கென்றும்
ஓய்விலா துதவு கீர்த்தி
ஓங்கவாழ் பவளன், வாண

ராயன்எக் நாளும் போற்ற
நலம் அருள் சித்தாண் டீசர்.
வாயிலைக் காக்கும் கட்டி
யக்காரன் வருகின் றானே.

வாணராயனுடைய இந்த அரிய செயலைக் கொங்கு மண்டல சதகம் பின்வரும் பாட்டில் பாராட்டுகிறது.

தொங்கவைத் துள்ள பனைஏட்டில்
வாயாற் சொலாதெழுதி
அங்குவைத் தால் அதில் கண்டதை
அன்பின் அரிதின் நல்கி
இங்குமற் றும்புல வீர்வரு
வீர்என் றிசைபவள்
வங்கிசத் தான்வாண ராயனும்
வாழ்கொங்கு மண்டலமே.

(அங்கு - அவ்வாசலில்,அரிதின் நல்கி- வேறு யாரும் செய் யாத அறிய முறையில் கொடுத்து. ராயனும் வாழ்ந்தது கொங்கு மண்டலமே என்று ஒரு சொல் வருவித்து முடிக்க வேண்டும்.)

சிறு தேர் ஈந்த செல்வன்

சோழர் படையும் பல்லவ அரசன் படையும் பொருதன. ஆளப்பிறந்தான் கோப்பெருஞ்சிங்கன் என்னும் பல்லவ மரபினனாகிய அவன் சோழ அரசு வரவர மங்கி வருவது தெரிந்து, அந்நாட்டின்மேற் படையெடுத்துக் கைப்பற்றலாம் என்று துணிந்து போர் செய்யத் தொடங்கினான்.

அக் காலத்தில் மூன்றாம் இராசராசன் சோழ நாட்டை ஆண்டு வந்தான். அவனுக்கு முன்பு அரசாண்ட சோழர்களுடைய வீரமும் விறலும் அவனுக்கு இல்லை. சோழ நாடு வரவரச் சுருங்கி வந்தது.

கோப்பெருஞ்சிங்கன் போரிடத் தொடங்கியவுடன், சோழ மன்னன் எதிர் நிற்க முடியாதென்று கருதிப் பிறருடைய துணையை வேண்டினான். அவனுடைய ஆட்சியின் கீழ் காவிரி வட பகுதிகளை ஆண்டு வந்த போசள வீர நரசிம்ம தேவன் என்பவனுக்குச் செய்தி சொல்லியனுப்பி, எப்படியேனும் படையுடன் சென்று கோப்பெருஞ்சிங்களைச் சோழநாட்டிற்குள் புகாமல் ஓடும்படி செய்யவேண்டும் என்று பணித்தான்.

வீர நரசிம்ம தேவன் தன்னிடம் உள்ள படைகளையும், சோழன் படைகளையும் கொண்டு எதிர்க்கப் புகுத்தால் சிங்கனை வெல்லுவது அரிது என்பதை உணர்ந்தான். துணையாக வேறு படைகளையும் சேர்த்துக் கொள்ள வேண்டும் என்று முடிவுசெய்தான்.

அக் காலத்தில் கொங்கு நாட்டில் பல வேளிர்கள் வீரமுடையவர்களாய் வாழ்ந்திருந்தனர். ஒவ்வொருவரும் திண்டோள் படைத்த வீரர்கள் பலரை வைத் திருந்தனர். யாரேனும் பெருமன்னர் துணைக்கு அழைத்தால், படையுடன் சென்று அவர்களுக்குப் போரில் துணை செய்து வெற்றி பெறும்படி செய்தனர்.

அந்நாட்டில் காங்கேயம் என்று ஓர் ஊர் இருக் கிறது. அதற்குச் சிங்கை என்றும் ஒரு பெயர் உண்டு. அங்கே லிங்கையர் என்ற வேளாண் செல்வர் வாழ்ந்திருந்தார். பரம்பரை பரம்பரையாக வீரமும், செல்வமும், வள்ளன்மையும் உடைய மரபில் வந்தவர் அவர். அவரிடம் பல பெருவீரர்கள் இருந்தனர்.

இந்தச் செய்தியை அறிந்த வீர நரசிம்ம தேவன், லிங்கையருக்கு ஆள் அனுப்பித் தனக்குப் போர்த் துணை யாக வரவேண்டும் என்று வேண்டினான். போர் என்றாலே பூரித்துப் பொலியும் தோளைப் பெற்ற வீரர் களுக்குத் தலைவராகிய அவர், நரசிம்ம தேவனுடைய விருப்பத்துக்கு இணங்கித் தம் படையுடன் சென்றார். போர் கடுமையாக நடந்தது. சோழநாட்டு வீரர்களை விடப் பன்மடங்கு வீறுடன் கொங்கு நாட்டு வீரர்கள் போர் செய்தனர். அவர்களுடைய பெருவிறலால் சோழர் படைக்கு வெற்றி கிட்டியது. கோப் பெருஞ்சிங்கன் தன் ஊர்ப் போய்ச் சேர்ந்தான். பெரும் படையுடனும் சோழநாட்டைக் கைப்பற்றலாம் என்ற பேராசையுடனும் வந்த அவன், மீண்டு சென்றது வீர நரசிம்ம தேவனுக்குப் பெருவியப்பாக இருந்தது. கொங்குநாட்டுப்படையின் உதவி இராதிருந்தால், இந்த வெற்றி தனக்குக் கிடைக்க வழியில்லை என்பதை அவன் நன்கு தெளிந்தான்.

சோழநாடே வெற்றி ஆரவாரத்தில் மூழ்கியிருந் தது. வீரநரசிம்ம தேவன் கொங்குத் தலைவராகிய லிங்கையரையும் அழைத்துக்கொண்டு, சோழ அரசனிடம் சென்றான். அவனை எதிர்பார்த்திருந்த சோழன் அவனைக் கண்டவுடன் பலபடியாகப் பாராட்டினான்.

அப்போது நரசிம்ம தேவன், "எல்லாப் பாராட்டும் இந்த மாவீரரைச் சேரவேண்டும். இவரும் இவருடைய வீரர்களும் நம் படைக்குத் துணையாக வராமல் இருந்தால் கோப்பெருஞ்சிங்கன் இந்தத் தலைநகருக்கே வந் திருப்பான். அவன் வர முடியாமல் தோற்று ஓடினான். கொங்கர் வீரம் சிங்கன் நெஞ்சில் பசுமையாக இருக்கும்" என்றான்,

சோழ அரசன் அது கேட்டு நன்றியறிவுடன் லிங்கையரைப் பார்த்தான். "இத்தகைய பெருவீரருக்கு நாம் என்ன கைம்மாறு செய்யவல்லோம்! நாடறிய இவரைக் கொண்டாடி ஏதேனும் சிறப்புப் பெயர் வழங்கலாம்" என்றான்.

தன் விருப்பப்படியே வீரரும், குடிமக்களும், புலவரும் மல்கிய பேரவையிலே, அரசன் காங்கேயத் தலைவருக்கு 'மும்முடிப் பல்லவராயர்' என்ற பட்டத்தை அளித்துப் பரிசுகள் பலவற்றையும் வழங்கினான். அது முதல் லிங்கையர் என்ற வழக்கு மாறி அவ் வீரரை யாவரும் மும்முடிப் பல்லவராயர் என்றே வழங்கலாயினர்.

சில நாட்கள் சோழர் தலைநகரில் மும்முடிப் பல்லவராயர் தங்கினார். ஒவ்வொரு நாளும் சோழ

அரசனோடு பேசி அளவளாவினார். அரசன், அவருடைய நலம் தீங்குகளைக் கேட்டுத் தெரிந்து கொண்டான். அவருக்கு ஒரு புதல்வன் இருப்பதை அறிந்தபோது, "அந்தப் பிள்ளையும் நம்முடைய படைக்கு ஒரு பெரிய துணையாக வரும் காலத்தை எதிர்பார்க்கிறேன்" என்று கூறினான்.

அப்போது பல்லவராயர் சிரித்தார். "பையனுக்கு மூன்று ஆண்டு நடக்கிறது. இப்போதுதான் மெல்லத் தளர் நடையிட்டு நடக்கிறான்" என்றார்.

"அப்படியா! தளர் நடையிடும் குழந்தைக்குச் சின்ன நடை வண்டி வாங்கிக் கொடுத்திருக்கிறீர்களா?" என்று கேட்டான் சோழன்.

"இல்லை; இனிமேல்தான் செய்து தரச் சொல்ல வேண்டும்" என்றார் வீரர்.

"இங்கே நல்ல வேலைக்காரர்கள் இருக்கிறார்கள். அவர்களைக் கொண்டு அழகான சிறு தேர் ஒன்று செய்து அனுப்புகிறேனே!" என்றான் சோழன்.

"இந்தச் சிறிய பண்டத்துக்கு அரசர் பெருமான் தொல்லையை மேற்கொள்வானேன்?"

"தொல்லையா? ஏதோ என் அன்பின் அறிகுறியாக இருக்கட்டும் என்று நினைக்கிறேன். வயசு வந்த பிள்ளை யானால் குதிரை கொடுக்கலாம். யானையையே வழங்கலாம். இப்போது சிறு தேர்தான் பயன்படும்."

மேலே மறுக்க வழியில்லாமல் பல்லவராயர் ஒப்புக் கொண்டார்.

"நீங்கள் ஊருக்குப் போய் வாருங்கள். நான் பின்பு சிறு தேரை அனுப்புகிறேன்" என்று சொன்ன சோழன், வேறு வகையான பரிசுகளையும் பொருளையும் அவருக்குக் கொடுத்து அனுப்பினான்.

சில காலம் கழித்துச் சோழன், மும்முடிப் பல்லவ ராயருடைய குழந்தைக்கு நடைவண்டி செய்வித்து அனுப்பினான்.மரத்தால் செய்தவண்டியா அது? அவன் தன் சிறப்புக்கு ஏற்றபடி, ஒரு சிறு தேரையே, குழந்தை கள் இழுக்கும் தேரையே, அனுப்பிவிட்டான். தங்கத்தால்செய்து, நடுநடுவே நவமணிகளைப் பதித்து அழகு மின்னியது. படுத்தியிருந்த அது, தகதகவென்று அதைக் கண்டபோது காங்கேய வள்ளலுக்குப் பெரு வியப்பு உண்டாயிற்று.

"இரப்பவர் என்பெறினும் கொள்வர் கொடுப்பவர் தாம் அறிவர் தம்கொடையின் சிர்"

என்ற ஔவையார் பாட்டு அவருடைய நினைவுக்கு வந்தது. சோழன், பல்லவராயருடைய குழந்தையின் நிலையை எண்ணி அதை அனுப்பவில்லை. தன் நிலையை எண்ணி, முடிமன்னனிடமிருந்து வரும் பரிசு என்று யாவரும் கண்டு போற்றும் வகையில், அதைச் செய்து அனுப்பியிருந்தான்.

மும்முடிப் பல்லவராயருடைய குழந்தை அந்தச் சிறு தேரை வைத்து விளையாடினான். அதைப் பார்ப்பதற்குப்

பலர் கூடினார்கள். சோழனுடைய பெருந் தகைமையைப் பாராட்டினார்கள்.

2

ஒரு நாள் பல்லவராயருடைய குழந்தை வீதியில் விளையாடிக் கொண்டிருந்தான். வழக்கம்போல வேறு இளம் பிள்ளைகள் அந்தக் குழந்தையுடன் இருந்து, அவன் சிறு தேரை இழுக்கும்போது தாமும் கலந்து கொண்டு ஆரவாரம் செய்தார்கள்.

அப்போது ஒரு புலவர் வந்தார். மும்முடிப் பல்லவ ராயருடைய வீரப்புகழையும், கொடைப்புகழையும் கேட்டவர் அவர். வறுமையால் வாடிய அவர், காங்கேயத்துக்குப் போய்ப் பரிசுபெற்று வரலாம் என்று வந்தார். அன்று பல்லவராயர் ஊரில் இல்லை. அவருடைய வீட்டுக்குச் சென்ற புலவர் அவர் இல்லாமையை உணர்ந்து வாட்டமுற்றார். என்ன செய்வது என்று தோன்றாமல் சிறிது நேரம் மயங்கி நின்றார். அப்போது வீதியில் குழந்தைகளின் விளையாட்டு ஆரவாரம் கேட்டது. வெளியில் வந்து பார்த்தார். 'இதென்ன, தங்கத் தேர்போல அல்லவா இருக்கிறது!' என்று வியந்து அருகில் சென்றார். பல்லவராயருடைய மகன் அதை மிடுக்குடன் இழுத்து விளையாடிக் கொண்டிருந்தான். அவனைப் பார்த்தார்.

சோமன் என்பவன் சிறு குழந்தையாக இருந்த போது, தன்னை வந்து இரந்த புலவனுக்குத் தன் முன்னுச்சி மயிரில் அணிந்திருந்த சுட்டியைத் தந்தானாம். இந்தக் கதை இப்போது புலவர் நினைவுக்கு வந்தது. நாம் பல்லவராயரைத் தேடிக்கொண்டு வந்தோம். நம்

பொல்லாத காலம் அவர் ஊரில் இல்லை. அவர் புதல்வனாகிய இவனிடம் கைநீட்டுவோம். சோமனைப் போல் இவன் ஏதாவது தந்தால் பெற்றுப் போகலாம். என்று எண்ணினார். ஆசைக்கு இது நடக்கும், இது நடக்காது என்ற ஆராய்ச்சி தோன்றாது அல்லவா?

குழந்தை விளையாடிக் கொண்டிருந்தான். புலவர் அவன் முன்னே போய் நின்றார். "நான் ஏழைப் புலவன்; எனக்கு ஏதாவது தா" என்று சொல்லிக் கையை நீட்டினார். அந்தக் குழந்தைக்கு என்ன தோன்றிற்றோ என்னவோ, சிறு தேரைக் கட்டியிருந்த கயிற்றைத் தன் கையிலிருந்து அப்புலவர் கையில் கொடுத்து விட்டான். புலவர் கை அதைப் பெற்றுக் கொண்டது. அவர் வியப்பில் ஆழ்ந்தார், அவருக்கு ஒன்றும் விளங்கவில்லை. குழந்தை அதை இழுத்துத் தன்னோடு விளையாடச் சொல்கிறானா? சோமன் கொடுத்தது போல இதுவும் குழந்தையின் கொடையானால், இதை வாங்கிக் கொள்ளலாமா? குழந்தை விளையாடும் பொருட்டு அருமையாக வைத்திருக்கும் பொருளாயிற்றே! இதை வாங்கிச் செல்வது முறையா? குழந்தைக்கு ஏதேனும் கொண்டு வந்து கொடுப்பார்கள். அப்படி இருக்க அவன் விளையாடும் தேரை வாங்கிச் செல்வதா? அது என்ன சாதாரணமான தேரா? தங்க மும்மணியும் வைத்து இழைத்தது அல்லவா? குழந்தை தான் கொடுத்து விட்டதென்றால், விலைபெறும் அதை அவர் எடுத்துச் செல்லலாமா? குழந்தையின் தாய் தந்தையர் அதை அறிந்து அவரைத் திருடன் என்று.. எண்ணிவிட்டால் என் செய்வது?-இப்படியாக அவர் உள்ளம் பல எண்ண அலைகளினிடையே கிடந்து தடுமாறியது.

'குழந்தை அவர் கையில் தேரைக் கொடுத்தானே' யன்றி மறுபடி கேட்கவில்லை. மற்றக் குழந்தைகள் இந்த விநோதத்தைக் கண்டு அப்படி அப்படியே நின்று விட்டன. அருகில் இருந்த சிலர் குழந்தையைப் பெற்ற தாயினிடம் போய் நிகழ்ந்ததைச் சொன்னார்கள். அவளும் பிற பெண்மணிகளும் வீட்டிலிருந்து வெளியே வந்து பார்த்தார்கள். புலவர் தேரை இழுக்கும் கயிற்றைக் கையில் பிடித்தபடியே மலங்க மலங்க விழித்துக் கொண்டிருந்தார்.

தாயும் பிறரும் வந்து பார்த்தபோது அவர்களுக்கு ஒன்றும் விளங்கவில்லை. புலவரிடம் சென்று, "நீங்கள் யார்?" என்று கேட்டாள், குழந்தையின் அன்னை. புலவருக்குச் சற்றே உணர்வு வந்தது. "நான் இந்த வீட்டு வள்ளலிடம் ஏதாவது பெற்றுப் போக வந்தேன். அவர் இல்லையென்று அறிந்து இந்தக் குழந்தையிடம் வந்து கையை நீட்டினேன். இவன் என் இந்தத் தேரைக் கயிற்றோடு தந்துவிட்டான். குழந்தை யின் அருங்குணத்தைக் கண்டு வியந்து நின்றேன்" என்று சொல்லிவிட்டு, "இந்தா, இந்தத் தேரை நீயே இழுத்து விளையாடு" என்று கூறிக் குழந்தையிடம் கொடுக்கச் சென்றார். அச் சிறுவன் அதனைப் பெற்றுக் கொள்ளாமல் தலையை அசைத்தான். தன் மழலைச் சொல்லால், "எடுத்துக்கொண்டு போ!" என்றான்.

அருகில் இருந்தவர்கள் அதைக் கேட்டு வியந்து வைத்த கண் வாங்காமல் பார்த்துக்கொண்டிருந்தார்கள். குழந்தையின் அன்னை குழந்தையை அதட்டவில்லை; 'பைத்தியமே!' என்று சொல்லவில்லை. கொடுக்கும் குலத்தில் வாழ்க்கைப்பட்ட அவளுக்கு, தன் குழந்தை யின் இயல்பை எண்ணிப் பெருமிதமே உண்டாயிற்று.

சோழன் தந்த தேரின் அழகையும் சிறப்பையும் பாராட்டியவர்கள், இப்போது சிறுவனுடைய ஈகைக் குணத்தை அறிந்து வியந்தார்கள். புலவர், "அம்மணி, இதை நீங்கள் வாங்கிக்கொள்ளுங்கள்" என்று கயிற்றை அவள் கையில் அளிக்க வந்தார். அவளோ, "வேண் டாம். என் மகன் கொடுத்ததை நான் வாங்குவதா?" என்று தயங்கி நின்றாள்; தலையை ஆட்டி மறுத்தாள்.
இந்தச் சமயத்தில் மும்முடிப் பல்லவராயரே வந்து விட்டார். தம் வீட்டு வாசலில் கூட்டம் நிற்பதைக் கண்டு விரைந்து வந்தார். "என்ன?" என்று கேட்டார். அங்கே நின்றிருந்த ஒருவர் நிகழ்ந்ததைச் சொன்னார்.

புலவர் கண்ணீர் வழிய, 'நான் தவறு செய்துவிட்டேன். இந்தக் குழந்தையிடம் கை நீட்டினேன். இவனிடம் ஒன்றும் கொடுக்க இராதே என்ற அறிவின்றி என் வறுமைக் கொடுமையால் அப்படிச் செய்தேன். இந்தக் குழந்தை தேரையே என் கையில் கொடுத்து விட்டு நிற்கிறான். எனக்கு ஒன்றும் தெரியவில்லை. என் பிழையைப் பொறுத்தருள வேண்டும்" என்று மெலிந்த குரலில் கூறினார்.

மும்முடிப் பல்லவராயர் புன்னகை பூத்தார். "நீங்கள் வருத்தப்பட வேண்டாம். நீங்கள் தவறு செய்யவில்லை. வாருங்கள்,வீட்டுக்குள் போகலாம். உங்களை வாசலில் நிறுத்தி வேடிக்கை பார்க்கிறார்களே; என்ன பைத்தியக் காரத்தனம்!" என்று சொல்லிவிட்டுத் தம் குழந்தையை வாரி அணைத்து உச்சி மோந்தார். "இந்தக் குணம் உனக்கு என்றுமே இருக்க வேண்டும்" என்று சொல்லி உடலம் பூரித்தார்.

புலவரும், வள்ளலும், குழந்தையும், அன்னையும் வீட்டுக்குள் சென்றனர். "முதலில் உணவு உண்டு விட்டுப் பிறகு பேசுவோம்" என்றார் பல்லவராயர். தேரை அவர் வாங்கிக்கொண்டார் என்ற நினைவிலே, புலவருக்கு ஆறுதல் உண்டாயிற்று.

உண்ட பிறகு பல்லவராயரும் புலவரும் பேசிக் கொண்டிருந்தார்கள். "அந்தச் சிறு தேர் உங்களுடையதுதான். இனி அதை நான் திரும்பப் பெற மாட்டேன்" என்று பல்லவராயர் கூறியபோது, புலவர் திடுக் கிட்டார்.

"சின்னக் குழந்தை தெரியாமல் கொடுத்துவிட்ட தென்று நினைக்காதீர்கள். நீங்கள் கை நீட்டியவுடன் கையில் இருந்ததை உடனே கொடுத்தானே, அதை நான் மதிக்கிறேன். அந்த இயல்பை அவனுக்கு அளித்த இறைவனை வாழ்த்துகிறேன். இந்தக் கொடை யியல்பு அவனிடம் வளரட்டும் என்று ஆசி கூறி வாழ்த்துங்கள்'' என்றார் புரவலர்.

"எனக்கு எதற்கு இது?" என்று கேட்டார் புலவர்.

'இதுசோழ அரசன் என் மகனுக்குப் பரிசாக அளித்தது. அது உங்களுக்கு உரிய பொருள் ஆகிவிட்டது. தை யாருக்கேனும் விற்றுப் பயன் அடையுங்கள்.
இதை விடும் செல்வக் குழந்தை எங்கே இருக்கிறது? நீங்கள் இதை விலைக்கு வாங்குவார் யார் என்று தேடிச் செல்ல வேண்டாம். இது தங்கத்தாலும் மணிகளாலும். அமைந்தது. அவை உங்களுக்குப் பயன்படும்''

புலவர் உணர்ச்சி மிக்கவரானார். அவர் கண்களில் இப்போது ஆனந்தக் கண்ணீர் ததும்பியது. அவர் வாயிலிருந்து பல்லவராயரையும் அவர் மகனையும் பாராட்டும் பாடல்கள் ததும்பி வந்தன. "சுட்டி ஈந்த சோமனையும் மிஞ்சிவிட்டான், தேரை ஈந்த திருவாளன்'' என்று தமிழுலகமே போற்றியது.

இந்த அரிய நிகழ்ச்சியைக் கொங்கு மண்டல சதகத்தில் உள்ள பின்வரும் பாட்டுப் புலப்படுத்துகிறது.

சங்கிராம் சோழன் மரகதம்
முத்தொடு தங்கு இரதம்
சிங்கையிற் பல்லவன் சிறுவனுக்கு
ஈயச் சிறுவன்மனம்
புங்கம தாகச் சிறுதேர்
உருட்டிப் புலவனுக்கு
மங்களம் மேவக் கொடுத்த அன்
னான்கொங்கு மண்டலமே.

(சங்கிராம் சோழன். போர் செய்த சோழன், இரதம் கிறு தேர். சிங்கை - காங்கேயம். பல்லவன் - மும்முடிப் பல்லவராயன். புங்கம்- தூய்மை.)

புலியை நாடிய வள்ளல்

"இப்படி,அடிக்கடி சிறுத்தைப் புலி மாட்டை அடிப்பதாக இருந்தால், நாம் எல்லாம் இங்கு வாழ்ந்து 'என்ன பயன்?'' என்றார் ஒருவர்.

"சிறுத்தைப் புலியா, பெரிய புலியா என்று நிச்சயம் சொல்வதற்கில்லை. 'சிறுத்தைப் புலியாக இருக்கலாம்' என்பது ஊகமே அன்றி, நேரிலே கண்டவர் யாரும் இல்லை" என்றார் மற்றொருவர்.

"எந்தப் புலியாக இருந்தாலும் அதை விட்டு வைக்கக் கூடாது. பெரிய புலியாக இருந்தால் இன்று மாட்டைக் கடிப்பது நாளைக்கு மனிதனையும் கடிக்கும். ஆகையால், உடனே அதைக் தொலைக்க வழி தேட வேண்டும்" என்றார் முன்னே பேசினவர்.

ஊருக்குச் சற்றுத் தொலைவில் பெருங் காடு ஒன்று இருந்தது: சிறு குன்றும் இருந்தது. அந்தப் பக்கங் களில் புலி ஒன்று உலவுவதாகச் சொல்லிக்கொண்டார்கள். ஓரிரண்டு மாடுகள், காட்டுக்குள் போனவை திரும்பி வரவேயில்லை. 'புலிதான் அடித்துத் தின்றிருக்க வேண்டும்' என்று உறுதியாக நம்பினர். ஆனால், துணிந்து யாரும் நுழைந்து அந்த காட்டுக்குள் சென்று பார்க்கவில்லை.

கொங்கு நாட்டில் கோபிசெட்டிபாளையத்திற்கு அருகில் பாரியூர் என்ற ஊர் இருக்கிறது. அந்த ஊர்க் காரர்களுக்குத்தான் புலியைப் பற்றிய அச்சம் உண் டாயிற்று. புலியை ஒழிக்க வேண்டும்? என்று யாவரும்

சொல்லிக்கொண்டே இருந்தார்கள். ஆனால், ஒருவரும் புலியோடு சண்டையிட முன்வரவில்லை.

பாரியூரில் செட்டி பிள்ளையப்பன் என்ற ஓர் உபகாரி வாழ்ந்து வந்தான். அவன் கொங்கு வேளாளர் மரபில் தோன்றியவன். ஓரளவு செல்வனாக வாழ்ந்தான். 'ஈ' என்பார்க்கு 'இல்லை' என்னாது வழங்கும் கொடையாளி. அவனிடம் ஏழைகளும் புலவர்களும் அடிக்கடி வந்து பொருள் பெற்றுச் செல்வார்கள். புலவர்கள் வந்தால் சில காலம் அவனுடன் தங்கித் தம் புலமையைக் காட்டி இன்புறுத்திப் பின்பு விடை பெற்றுக்கொண்டு செல்வார்கள்.

அத்தகைய கொடையாளிக்கு வறுமை வந்தது. மழை பொய்த்தமையால் விளைவு குறைந்தது. ஆனாலும், அவ்வுபகாரியின் கொடை குறையவில்லை. எத்தனை நாளைக்குத்தான் கொடுத்துக்கொண்டே இருக்க முடியும்? கையில் உள்ள பொருளை யெல்லாம் கொடுத் தான். தான் கஞ்சி உண்டாலும் வருபவர்களுக்குச் சோற்றை ஊட்டினான்.

இத்தகைய நிலையில், யாரோ ஒரு புலவன் அவனைத் தேடிக் கொண்டு வந்தான். முன்னே செட்டி பிள்ளை யப்பனைப் பற்றி அப்புலவன் கேள்வியுற்றிருந்தாலும், அவனால் வர முடியவில்லை.எங்கெங்கோ போய்க் கொண்டிருந்தான். இப்போதுதான் பாரியூருக்கு வர நேர்ந்தது.

தன்னைத் தேடி வந்த புலவனிடம் தன் வறுமையைக் காட்டாமல் முக மலர்ச்சியுடன் பேசிக் கொண்டிருந்தான் உபகாரி. புலவன் உணவு அருந்தினான். அவனுக்குப்

பொருள் வேண்டியிருந்தது. குறிப்பறிந்து ஈயும் கொடையாளியாகிய செட்டி பிள்ளையப்பனிடம் அப்புலவன் வாய் விட்டே கேட்டு விட்டான்.

இது வரையில் இந்த அவல நிலை செட்டி பிள்ளை யப்பனுக்கு வந்ததே இல்லை. 'புலவன் வெளிப்படை யாகக் கேட்டும் கொடுக்க இயலாமல் உடம்பில் உயிரை வைத்துக்கொண்டு வாழ்வதில் பயன் ஒன்றும் இல்லை என்று தோன்றியது அவனுக்கு. அந்தச் சமயத்துக்குப் புலவனுக்கு ஏற்ற விடை கூற வேண்டும் அல்லவா? "இன்னும் இரண்டு நாள் கழித்து வாருங்கள். உங்களுக்கு வேண்டியதைத் தர முயல்கிறேன்" என்று சொல்லி அவனை அனுப்பினான். அப்புலவன் அங்குள்ள நிலையை ஒருவாறு உணர்ந்துகொண்டு புறப்பட்டு விட்டான்.

புலவன் போன பிறகு செட்டி பிள்ளையப்பன் துயரில் மூழ்கியவனாய் உட்கார்ந்திருந்தான். தன் வாழ்க்கையில் இப்படி இழிவான நிலை வந்ததை அவனால் பொறுக்க முடியவில்லை. உணர்விழந்து செயலிழந்து அவன் அமர்ந்திருந்தான்.

அப்போது அவனுடைய நண்பன் ஒருவன் வந்தான். அங்கே நடந்தது ஒன்றையும் அவன் அறியான். அவன் விரைவாக வந்து, "ஊரில் எல்லாரும் புலிக்குப் பயந்து சாகிறார்கள். இது வரையில் மாடுகளை அடித்து உண்டு விட்டது; இனிமேல் மனிதர் மேல் பாய வேண்டியது தான்!" என்றான்.

செட்டி பிள்ளையப்பன் அவனைத் தலை நிமிர்ந்து பார்த்தான். நண்பன் மறுபடியும், "ஏன் இப்படி உட் கார்ந்திருக்கிறாய்?" என்று கேட்டான்.

"புலியைப் பற்றித்தான் சிந்தித்துக் கொண்டிருக் கிறேன்'' என்றான் கொடை வள்ளல். நண்பனுக்குத் தன் துயரைச் சொல்லி என்ன ஆகப் போகிறது என்று அவன் நினைத்தான்.

"இந்த ஊரில் யாரும் ஆண் பிள்ளை இல்லையா?' என்று கேட்டான் நண்பன்.

"இல்லாமலா போவார்கள்? பார்க்கலாம்" என்று பராக்காகக் கூறினான் செட்டி பிள்ளையப்பன். நண்பன் போய் விட்டான்.

கொடையாளிக்குச் சற்றே முகம் மலர்ந்தது. நண்பன் தன் துயரத்தைப் போக்க வழி காட்டினான் என்று எண்ணினான். 'புலி வாழும் காட்டுக்குள் போய் அதற்கு இரையாகலாம். கொடுப்பதற்கு ஒன்றும் இல்லாமல் இந்த உடம்பைச் சுமந்து கொண்டு வாழ்வதை விட, இதுவே நலம்' என்று அவன் நினைத்தான்.

மறு நாள் தன் வீட்டில் உள்ளவர்களுக்கும் ஊரவர் களுக்கும் அவன் ஒரு செய்தியைச் சொன்னான். "நான் காட்டுக்குள் சென்று புலியைக் குத்தி விட்டு வரப் போகிறேன்" என்றான். ஊரவர் அவனைக் கண்டு வியந்தனர். மனைவியும் பிற சுற்றத்தாரும் தடுத்தனர். ஆனால், வீர மரபினராதலால் அவனுடைய மிடுக்கான வார்த்தைகளைக் கேட்டுச் சும்மா இருந்து விட்டனர்.

அவன் வேலோடும் வாளோடும் புறப்பட்டான்.

"துணைக்கு யாரும் வர வேண்டாம்" என்று சொல்லி விட்டான். அவன் வெற்றியுடன் திரும்பி வர வேண்டுமென்று யாவரும் வாழ்த்தினர்.

செட்டி பிள்ளையப்பன் புறப்பட்டுக் காட்டுக்குச் சென்றான். புலியைக் குத்திக் கொல்லப் போகவில்லை; தன்னையே மாய்த்துக் கொள்ளத்தான் போனான். ஆகையால் சிறிதும் அச்சமின்றிக் காட்டுக்குள் நுழைந்தான். எங்கெங்கோ சுற்றியும் புலி கண்ணிற் படவில்லை. பகல் நேரத்தில் புலி வெளியே வராதென்பது அவன் நினைவுக்கு வந்தது. காட்டின் நடுவேயுள்ள குன்றில் எங்கேனும் அது ஒளிந்திருக்கும்' என்று எண்ணிக் குன்றை நோக்கிச் சென்றான். மரங்கள் அடர்ந்து இருண் டிருந்த அந்தப் பகுதியில் புலியின் உறுமலை எதிர் நோக்கிப் போனான் ஆனால், மனித அரவம் கேட்டது; அவனுக்கு வியப்பாக இருந்தது. தன் ஊர்க்காரர்கள் புகுவதற்கு அஞ்சும் இந்தக் காட்டில் யார் வந்திருக்கக் கூடும் என்று யோசித்தான். சற்றே மரத்தின் மறைவிலிருந்து உற்றுக் கேட்டான். மனிதக் குரல்தான்; ஐயமே இல்லை.

அவன் கூர்ந்து கவனித்தபோது இரண்டு மூன்று குரல்கள் வேறு வேறாகக் கேட்டன. அவர்கள் யாரேனும் வீரர்களாக இருக்கக்கூடும் என்று எண்ணியபோது, அவர்களைப் பார்க்க வேண்டும் என்ற விருப்பம் தோன்றியது.

மெல்ல அடி எடுத்து வைத்து அவர்கள் இருந்த இடத்தை அணுகினான். என்ன ஆச்சரியம்! அவர்கள் ஒரு

பாறையின்மேல் அணிகலன்களையும் பொற்காசு களையும் பரப்பி வைத்துப் பேசிக் கொண்டிருந்தார்கள். செட்டி பிள்ளையப்பன் வரும்போது காலின் கீழ்ச் சருகுகள் சலசலத்தன. அந்த ஓசை அங்கே இருந்தவர்கள் காதில் விழவே, அவர்கள் அவனைப் பார்த்தார்கள். நெடிய உருவம், கையில் வேல், வீரஞ் செறிந்த உடலமைப்பு இவற்றுடன் செட்டி பிள்ளையப்பன் காட்சியளித்தான். அவனைக் கண்டவுடனே, அந்த மூவரும் பயந்து கையில் சில பொருள்களை எடுத்துக்கொண்டு ஓட்டம் பிடித்தார்கள்.

அப்போது தான் அவனுக்கு, அவர்கள் திருடர்கள் என்பது தெரிய வந்தது. பல இடங்களில் திருடிய பொருள்களைக் கொண்டு வந்து அந்த இடத்தில் பங்கிட்டுக் கொண்டிருந்தார்கள். அப்போது அவனுக்கு.

ஓர் உண்மை புலனாகியது. காட்டில் புலி இருப்பதாக யாவரும் அஞ்ச வேண்டும் என்ற எண்ணத்தால், அவர்களே மாட்டை அடித்துப் போட்டிருக்கலாம் அல்லவா?

அந்தக் காட்டில் புலி இருக்க வாய்ப்பு இல்லை என்ற முடிவுக்கு வந்தான் செட்டி பிள்ளையப்பன். தன் நினைவு கைகூடவில்லையே என்று வருந்தியிருப்பான் அவன்; ஆனால், அப்படிச் செய்யவில்லை. திருடர்கள் தாம் திருடிய பொன்னையும் பொருளையும் பகுத்துக் கொண்ட போது, எதிர்பாராமல் அவன் வந்ததால் அஞ்சி ஓடிவிட்டார்கள். எல்லாவற்றையும் எடுத்துக்கொண்டு ஓட முடியவில்லை; பெரும் பகுதியை விட்டுவிட்டுப் போனார்கள். அவை அங்கேயே கிடந்தன.

செட்டி பிள்ளையப்பன் அவற்றின்மேல் கண்ணை ஓட்டினான். உயிரை விட்டுவிட வந்த இடத்தில் பொன் னும் பொருளும் கிடைப்ப தென்றால், அது இறைவன் திருவருள் என்பதையன்றி வேறு என்ன சொல்வது? அவன், 'புலவருக்கு ஒன்றும் கொடுக்க இயலவில்லையே!' என்று துயருற்றே உயிரை நீக்க வந்தான். எது அவ னிடம் இல்லையோ, அது இப்போது கிடைத்து விட்டது. இனிமேல் உயிரை விட வேண்டிய அவசியம் இல்லையே!

அவன் தான் வழிபடும் கடவுளை மனமார இறைஞ்சினான். அவன் கண்களில் நீர் துளித்தது. 'நாம் ஒன்று நினைக்கத் தெய்வம் ஒன்று நினைத்தது' என்பது அவன் திறத்தில் நல்ல முறையில் பலித்தது. அந்தப் பொருள்களை யெல்லாம் சேர்த்து எடுத்துக் கொண் டான்; நேரே தன், இல்லம் வந்து சேர்ந்தான். ஊர்க்காரர்கள் அவன் வரவை எதிர்பார்த்துக் கொண்டிருந்தார்கள். அவர்களிடம், "புலியைக் காணவில்லை" என்று சொன்னான். புலவன் மறுநாள் வருவான் என்று எதிர்பார்த்து ஆவலோடு காத்துக் கொண்டிருந்தான். அவன் முன்பு செய்த கற்பனை வேறு; 'அவன் வருவான்; தன் மறைவைக் கேட்டுத் துயருற்றுப் போவான்' என்று நினைத்திருந்தான். இப்போது அந்தக் கற்பனை மாறியது.

புலவன் வந்தான். முக மலர்ச்சியுடன் அவனை வரவேற்று உபசரித்தான் செட்டி பிள்ளையப்பன். அவனுக்குப் பொன்னும் பொருளும் வழங்கினான். அப்படி வழங்கியபோது, "நீங்கள் புலமை உடையவர்கள் என்பது மாத்திரம் அன்று; நீங்கள் நல்ல தவமும் செய்

திருக்கிறீர்கள். நீங்கள் போன இடம் எல்லாம் நன்மையே விளையும் " என்று சொன்னான்.

புலவன், "உங்களை எதிர்ப்பட்டது என் முன்னைத் தவத்தின் பயன் என்பதை நான் நன்றாக உணர்கிறேன்" என்றான். பாவம்! செட்டி பிள்ளையப்பன் உள்ளத்தூடே என்ன கருத்து ஓடியது என்பதை அவன் எப்படி அறிவான்?

இந்த வள்ளலின் பெருமையைப் பாரியூரில் எழுந் தருளியிருக்கும் அமர விடங்கர் என்ற திருநாமமுள்ள சிவபெருமானைப் பற்றி ஒரு புலவர் பாடிய குறவஞ்சியில். ஒரு பாட்டுச் சொல்கிறது.

இட்ட மான கவிசொலும் பாவலற்
கில்லை என்று சொலற்கஞ்சிக் காட்டில்வாழ்
துட்ட வன்புலித் தூரில் புகுந்தாற்
றூயவன், கன வாள குலத்தினன்,
செட்டி பிள்ளையப் பன்தினம் தொண்டுசெய்
தேவி மாமலை மாதொரு பங்குள
கட்டு செஞ்சடை அமர விடங்கனார்
கதித்து வாழ்பாரி யூர்எங்கள் ஊரே.

[தூர் - புதர். கனவாள குலம் என்பது கொங்கு வேளாளர் குடி வகைகளில் ஒன்று, தொண்டு செய் அமர விடங்கனார், தேவியும் மலை மாதுமாகியவள் ஒரு பங்கில் உள்ள அமரவிடங்கனார், கட்டு செஞ்சடையுடைய அமர விடங்கனார் என்று கூட்டுக. கதித்து - ஓங்கி.]

கல்யாண வரி

காவிரியாறு குடகு நாட்டில் தோன்றி, கன்னட நாட்டு வழியே படர்ந்து, கொங்கு நாட்டில் புகுந்து வளம் பெருக்கி, பின்பு சோழ நாட்டை ஊட்டிக் கடலில் புகுகிறது. அதன் நீரால் மிக்க வளத்தைப் பெறுவது சோழ நாடு. அதனால்தான் அருணகிரி நாதர். "ஏழ் தலம் புகழ் காவேரியால் விளை சோழ மண்டலம்" என்று பாடி யிருக்கிறார். கொங்கு மண்டலத்திலுள்ள சில பகுதிகளும் ஓரளவு காவிரியினால் விளைவு பெறுகிறது.

முன் காலத்தில் சில ஆண்டுகளில் காவிரியாற்றில் பெரு வெள்ளம் வந்து விடும். கரை சில இடங்களில் உடைந்து போகுமோ என்ற அச்சம் உண்டாகும். அங்கங்கே உள்ள மக்கள் அந்தச் சமயங்களில் கரையை உயர்த்தி வலி பெறச் செய்வார்கள்.

மூன்றாம் குலோத்துங்கன் அரசாட்சி செய்திருந்த காலத்தில் ஒருமுறை காவிரியாற்றில் கட்டுக் கடங்காத வெள்ளம் வந்து விட்டது. வெள்ளம் வந்தால் அரசன் ஆணையை எதிர்பாராமலே அந்த அந்த ஊரிலுள்ள மக்கள் வேறு வேலைகளை யெல்லாம் விட்டு விட்டுத் திரண்டு வந்து கரையை வலியுறுத்தத் தொடங்குவார் கள். அப்படியே இப்போதும் மக்கள் செய்தார்கள்.

ஆனால் இந்த முறை வந்த வெள்ளம் மிகப் பெரிதாக இருந்தது. தங்கள் முயற்சிக்குள் வெள்ளம் அடங்காது என்று அஞ்சினார்கள் குடிமக்கள்.

கொங்கு மண்டலமும் சோழ மண்டலமும் சேரும் எல்லையில் கருவூர் இருக்கிறது. அதற்கு ஒரு காத தூரத்திற்குள் காவிரி ஓடுகிறது. அந்தப் பகுதிகளில்தான் கரை மிகவும் குறைபாடுடையதாக இருந்தது. அங்கே உடைப்பெடுத்துக் கொண்டால் கொங்கு மண்டலப் பகுதியும் சோழ மண்டலப் பகுதியும் ஒரே மணற் காடு ஆகி விடும்.

அந்த இடத்தைச் செப்பஞ் செய்யாவிட்டால் இரண்டு மண்டலங்களுக்கும் ஊறுபாடு நேரும்.இதை மக்கள் உணர்ந்தார்கள். முயற்சியும் உடலுமும் பெற்ற கொங்கு நாட்டு மக்களுக்குத் தங்கள் மண்டிலத்தில் காவிரிக்கரை உடையும்படி விடக்கூடாது என்ற எண்ணம் உண்டாயிற்று.

வெள்ளத்தின் நிலையைக் காவிரிக் கரையில் இல்லாத ஊர்களிலுள்ள குடி மக்களும் உணர்ந்து கொண்டார்கள். அங்கங்கே இருந்த கொங்கு நாட்டுத் தலைவர்களும் நாட்டாண்மைக்காரரர்களும் தங்கள் ஆட்சிக்குட் பட்ட இடங்களிலுள்ள மக்களை அழைத்து வந்தனர். காவிரிக் கரையில் தழையும் மண்ணும் கல்லும் போட்டு அதை உயர்த்தினார்கள். உடைப்பு எடுக்கும் என்று தோன்றிய இடங்களிலெல்லாம் வைக்கோலைக் கொண்டு வந்து போட்டுக் குதிரை மரங்களை நட்டு மண்ணை நிரப்பி அணை போலக் கரையை உறுதிப்படுத்தினார்கள். கொங்கு மண்டலத்தின் கீழ்ப் பகுதி முழுவதுமே இந்தப் பெரிய காரியத்தில் ஈடுபட்டிருந்தது என்று சொல்லலாம். அப்போது கவிச் சக்கரவர்த்தி கம்பர் கொங்கு நாட்டுப் பகுதிகளில் உள்ள ஊர்களைப் பார்த்துக் கொண்டு வந்தார். அந்த நாட்டில் புலவர்கள் என்று ஒரு பிரிவினர் உள்ளனர். அவர்கள் பரம்பரை பரம்பரை யாகத் தமிழில்

புலமை படைத்தவர்கள். கவி பாடும் திறமை உள்ளவர்கள். சிறிய ஊரில் உள்ள தலைவனாக இருந்தாலும் அவனைக் கவி பாடிச் சிறப்பித்தார்கள்; சிறிய நூல்களை இயற்றினார்கள். அதனால் கொங்கு நாட்டில் வாழ்ந்த சிறிய வள்ளல்களைப் பற்றிப் பல பல சிறு நூல்கள் எழுந்தன; குறவஞ்சி, காதல், பள்ளு, தூது, கோவை என்னும் பிரபந்தங்கள் பல தோன்றின.

ஆயினும் அந்தப் புலவர்கள் வறியவர் களாகவே இருந்தார்கள். நிலையான வருவாய் ஏதும் அவர்களுக்கு இல்லை. யாரேனும் வள்ளலை அவர்கள் பாடினால் அவன் பரிசு அளிப்பான். அதை வைத்துக் கொண்டு எத்தனை நாளைக்கு வாழ முடியும்?

கம்பர் கொங்கு நாட்டில் யாத்திரை செய்து கொண்டிருந்தபோது அங்கங்கே உள்ள வள்ளல்களைக் கண்டார். புலவர் பரம்பரையினரைக் கண்டு அளவளாவி அவர்கள் நிலையை உணர்ந்து வருந்தினார்.

இவ்வாறு அவர் சென்று கொண்டிருந்த போது தான் திடீரென்று காவிரியில் வெள்ளம் வந்தது. நாடு முழுவதும் அதே பேச்சாக இருந்தது. ஆயிரக்கணக்கான மக்கள் காவிரிக் கரையைக் கட்டச் சென்றிருக்கிறார்கள் என்ற செய்தியைக் கம்பர் கேள்வியுற்றார். அங்கே போய்ப் பார்க்க வேண்டும் என்று அவருக்குத் தோன்றியது. தம்முடன் வந்த கூட்டத்தோடு போனார். அங்கே நடந்து கொண்டிருந்த வேலையையும் மக்களுக்கு உள்ள அச்சத்தையும் கண்டார். அவர்கள் ஒன்றுபட்டு அந்தப் பெருந் தொண்டைச் செய்வதை அறிந்து வியந்தார். கம்பர் வந்திருக்கிறார் என்று

தெரிந்தவுடன் அரசாங்க அதிகாரிகளும் கொங்கு நாட்டுத் தலைவர்களும் அவரை மரியாதையுடன் வரவேற்றனர்.

"வெள்ளத்தின் நிலை எப்படி இருக்கிறது? கரை போதிய வலிமையுடையதாக இருக்கிறதா?" என்று கேட்டார் கம்பர்.

“எங்களால் இயன்ற அளவு பாடு பாடுகிறோம் மக்களும் வஞ்சகம் இல்லாமல் உழைக்கிறார்கள். வெள்ளம் ஒரே நிலையில் இருந்தால் அச்சம் இல்லை. எப்படியோ பாதுகாத்துக் கொள்ளலாம். ஆனால் மிகுதியானால் இந்தக் கரை போதாது. எல்லாம் புதிய மண்; ஆகையினால் எளிதில் கரைந்து போகும்; உள் வாங்கிவிடும். வெள்ளம் பெருகாமல் இருக்க வேண்டும் என்று ஒவ்வொரு கணமும் இறைவனை வேண்டிக்கொண் டிருக்கிறோம்" என்றார்கள் அதிகாரிகள்.

"இத்தகைய வெள்ளம் முன்பு வந்தது இல்லையோ?" என்று மீட்டும் கேட்டார் கம்பர்

"வெள்ளம் வருவது வழக்கந்தான். ஆனால் இவ்வளவு பெரிய வெள்ளம் எங்கள் நினைவு தெரிந்து வந்த தில்லை."

அப்போது கொங்கு நாட்டுத் தலைவர் ஒருவர் முன்னே வந்தார். கம்பருடைய திருவடியில் வீழ்ந்து எழுந்தார். கம்பர் தெய்விக ஆற்றல் படைத்த பெருங் கவிஞர் என்று யாவரும் சொல்வார்கள். ஆகையால் அவர் வணங்கத் தக்கவரென்ற எண்ணத்தால் அந்தக் கொங்குத் தலைவர்

அவரை அடிபணிந்தார். பிறகு மிகவும் குழைவோடு, "ஒரு விண்ணப்பம்" என்றார்.

" என்ன, சொல்லுங்கள்.

"இந்த வெள்ளம் கட்டுக் கடங்காமல் போனால் இந்தப் பகுதியில் உள்ள கரை நெடுந்தூரம் உடைந்து விடும். அப்போது இதைச் சுற்றியுள்ள பகுதிகளும் இதன் பின் உள்ள சோழ நாட்டின் பகுதிகளும் ஒரே வெள்ளக்காடு ஆகி விடும். உடைப்பு எடுப்பதற்கு முன் கரையைக் காப்பாற்றினால் தான் நலம். எங்காவது ஓரிடத்தில் சிறிய உடைப்பு எடுத்தாலும் போதும்; பிறகு ஆபத்துத்தான். மிக விரைவில் உடைப்புப் பெரிதாகி நாடு பாழாகி விடும்."

"நீங்கள் சொல்வதைக் கேட்கும்பொழுது இப்போது உள்ள நிலை மிகவும் அபாயமானது என்று தெரிகிறது."

"அதைத்தான் இங்கே விண்ணப்பித்துக்கொள்ள வருகிறேன். மனிதர்களால் என்ன செய்ய முடியுமோ அதைச் செய்து பார்க்கிறோம். வெள்ளம் வந்தது மனித சக்திக்கு அப்பாற் பட்ட இறைவன் செயல். அது மேலும் பெருகாமல் தடுக்க நம்மால் ஆகாது. இறைவன் திருவுள்ளம் இரங்கி வெள்ளத்தை மட்டுப்படுத்த வேண்டும். அந்த இறைவனை நாங்கள் கண்டறியோம். அருள் பெற்ற பெரியவர்களே எங்களுக்குக் கண் கண்ட தெய்வம். இப்போது தங்கள் வரவால் நாங்கள் பெரிய பேறு பெற்றோம். தாங்கள் அருள் வாக்கு உடையவர்கள். தாங்கள் நினைத்தால் நலமும் செய்யலாம்; தீங்கும் புரியலாம்"

அந்தத் தலைவருடைய பேச்சின் போக்கை உணர்ந்துகொண்டு அருகில் இருந்தவர்களும் தங்கள் கைகளைக் குவித்துக் கும்பிட்டவர்களாய், "ஆம், ஆம்!' என்றார்கள்.

முன்னவர் மறுபடியும் பேசலானார்:

"தங்கள் திருவாக்கால் ஒரு கவி பாடி இந்தக் காவிரியன்னையின் சீற்றத்தைத் தணிக்கவேண்டும். தங்கள் நாவில் விளையாடும் கலைமகள் அருளால் எங்கள் வேண்டுகோள் நிறைவேற வேண்டும்" என்று மன முருகிச் சொன்னவர் மறுபடியும் கம்பர் திருவடிகளில் வீழ்ந்தார். அருகில் நின்றவர்களும் அப்படியே வீழ்ந்து பணிந்தார்கள்.

கம்பருடைய உள்ளம் உருகிவிட்டது. இத்தனை கவலை உள்ள இவர்களுடைய வேண்டுகோளை இறைவன் புறக்கணிக்கமாட்டான் என்ற நம்பிக்கை அவருக்கு உண்டாயிற்று. உடனே அவர் வாக்கிலிருந்து ஒரு கவிதை பிறந்தது.

காவிரி மாநதியைப் பார்த்து இரந்து வேண்டிக் கொள்ளும் முறையில் அந்தப் பாடல் அமைந்தது. நல்ல தீர்த்தமெல்லாம் கங்கையின் அம்சம் என்று சொல்வது இந் நாட்டு வழக்கம். ஆதலால் பொன்னியாகிய காவிரி யும் கங்கையின் அம்சம் உடையதென்றே கொள்வர். இதையும் கம்பர் நினைந்து பாடினார்.

கன்னி அழிந்தனள்; கங்கை திறம்பினள்;
பொன்னி கரை அழிந்து போயினள் என்று - இந்நீர்

உரைகிடக்க லாமோ? உலகுடைய தாயே!
கரைகடக்க லாகாது காண்

என்று வந்தது பாட்டு. "கன்னியாகிய பெருமாட்டி தன் வரம்பை மீறினாள்; கங்காதேவி தன் போக்கினின் றும் மாறினாள்; காவிரித்தாய் கரை அழிந்து போனாள். என்று இந்த நீர்மையை உடைய வார்த்தை உன் திறத்தில் நிலை பெறலாமா? உலகையெல்லாம் பாதுகாக்கும் தாயே! இத்தகைய பழிச் சொல் வராவண்ணம் நீ அருள் செய்யவேண்டும்; நீ இந்தக் கரையைக் கடப்பது முறையன்று" என்று கம்பர் மனம் உருகிப் பாடினார்.

அவர் பாடிய பிறகு காவிரி வெள்ளம் குறையத் தொடங்கியது. காக்கை ஏறப் பனம்பழம் விழுந்த கதையாக அது நிகழ்ந்திருக்கலாம். ஆனாலும் கம்பர் பாடவும் வெள்ளம் மீறாமல் மெல்ல மெல்ல அடங்கவும் கண்ட மக்கள் கம்பருடைய தெய்வத் திருவாக்கின் பெருமை அது என்றே கொண்டாடினார்கள். எந்தக் கணத்தில் கரை உடையுமோ என்று அஞ்சிக்கொண்டிருந்த அவர்களுக்கு வெள்ளம் மிகாமல் சிறிதே வடிவு கண்டவுடன் போன உயிர் வந்தது போல இருந்தது.

அப்புறம் அவர்கள் சும்மா இருப்பார்களா? கூட்டத்தினர் அத்தனை பேரும் ஒருவர் பின் ஒருவராக வந்து கம்பர் காலில் விழுந்தார்கள். பின்னும் இரண்டு மூன்று நாட்கள் கம்பர் அந்தக் கரையில் தங்கினார். ஒருவாறு கரையை உறுதிப்படுத்திய மக்கள் வெள்ளம் நன்றாகக் குறைந்தது கண்டு, சிலரை மாத்திரம் காவலுக்கு வைத்துவிட்டுத் தங்கள் தங்கள் இருப்பிடம் சென் றார்கள்.

நாட்டுக்கு வந்த அபாயத்தையும், மக்கள் அஞ்சிய அச்சத்தையும், அவர்கள் செய்த முயற்சியையும், கம்பர் வந்து பாடியதையும், காவிரி வெள்ளம் கட்டுக்குள் அடங்கியதையும் அரசன் கேள்வியுற்றான். அவன் அப்போது கருவூர் அரண்மனையில் தங்கியிருந்தான். அரசாங்க அதிகாரிகள் கம்பரை அழைத்துக்கொண்டு அவனிடம் சென்றார்கள். சோழ மன்னன் அவருடைய வரவை எதிர்பார்த்துக் கொண்டிருந்தான்.

அதிகாரிகளும் கொங்கு நாட்டுத் தலைவர்களும் கம்பரை அழைத்துக்கொண்டு சென்று சோழ மன்னன் அவைக் களத்தை அடைந்தார்கள். கொங்கு நாட்டையும் சோழ நாட்டையும் ஒருங்கே காத்த பெருமை இந்தப் புலவர் பெருமானைச் சார்ந்தது" என்று மன்னனிடம் சொன்னார்கள்.

"நாட்டு மக்கள் பெரு முயற்சியுடன் கரையைக் செப்பஞ் செய்தார்கள். உள்ளன்போடு மேற்கொண்ட அவர்கள் உழைப்புப் பலித்தது. இறைவன் அருள் செய்தான். நான் மனம் உருகி வேண்டிக் கொண்டது. உண்மைதான். ஆயினும் மக்களுடைய உழைப்பும் இறைவன் திருவருளும் இணைந்து நன்மையை உண் டாக்கின. நான் என்ன செய்தேன்! ஒரு கை மண்ணைக் கூட அள்ளிப் போடவில்லை. எல்லோரும் மனமுருகி வேண்டிக்கொள்வதையே நான் கவியாகச் சொன்னேன். இறைவன் திருவருள் தக்க சமயத்தில் என்னைப் பாடச் செய்து. எனக்கும் ஒரு பெருமதிப்பை உண் டாக்கி வைத்தது."

கம்பருடைய பணிவைக் கண்டு வியந்தனர் கொங்கு நாட்டுத் தலைவர்கள். அரசன் அப்புலவர் பிரானை

மிகவும் பாராட்டிப் பலவகைப் பரிசில்களை வழங்கினான். அப்போது கொங்கு நாட்டுத் தலைவர்கள், "மன்னர் பெருமானுக்கு ஒரு விண்ணப்பம்" என்றார்கள்.

''என்ன?''

"இந்தக் கவிஞர் பெருமான் செய்த காரியம் நாட்டு மக்கள் எப்போதும் நன்றியறிவோடு நினைப்பதற்குரியது. இப்போது சில பரிசுகளைக் கொடுத்ததனால் இவர் செய்த உதவிக்குக் கைம்மாறு செய்துவிட்ட தாகாது. எப்போதுமே இந்த அருட் செயலை நினைத்து. வாழ ஒரு வகை செய்யவேண்டும்" என்றார், அவர்களுள் பெரிய தலைவர்.

"என்ன செய்யவேண்டும் என்று சொல்கிறீர்கள்?* என்று மன்னன் கேட்டான்.

"சோழ நாட்டைப்பற்றிச் சொல்ல எனக்கு உரிமை இல்லை. எங்கள் கொங்கு மண்டலத்து மக்கள் இப் பெருமானை எப்போதும் மறவாமல் நினைந்து பாராட்ட ஒன்று செய்யலாம் என்று அடியேனுக்குத் தோன்றுகிறது. அந்த நன்றியறிவுச் செயலுக்கு மன்னர்பிரான் அசைந்தருள வேண்டும்."

"நீங்கள் விளக்கமாகச் சொல்லுங்கள்."

"கொங்கு நாட்டு வேளாளர்களாகிய நாங்கள் எங்கள் வீட்டில் திருமணம் நடைபெறும்போது அரசாங்கத்துக்கு ஒரு வரி செலுத்தி வருகிறோம். அந்த வரியை இனிமேல்

இந்தக் கவிச் சக்கரவர்த்திக்குச் செலுத்தும்படி இங்கே உத்தரவாக வேண்டும்."

"குடிமக்கள் இசைவார்களா?"

'அவர்கள் இப்பெருமானைத் தெய்வமாகக் கொண்டாடுகிறார்கள். இந்தச் செய்தியை அறியாதவர்களுக்கு நாங்கள் சொல்லி இசையச் செய்கிறோம். மன்னர் பிரான் கட்டளையிட்டுவிட்டால் யாவரும் செய்வார்கள்.

அரசன் சிறிதே யோசனை செய்தான். "சரியான யோசனை கூறினீர்கள். நாடு முழுவதும் பாராட்டும் அற்புதமான செய்கை செய்த கவிஞருக்கு ஏற்ற மரியாதை இது அப்படியே செய்துவிடலாம்' என்று சோழ மன்னன் இசைந்தான்.

அப்போது கம்பர் ஏதோ யோசனையில் ஆழ்ந்திருந்தார். அவர் அகக் கண்ணில் கொங்கு நாட்டுப் புலவர் கள் வந்தார்கள். அவர்களுடைய வறிய நிலை நினைவுக்கு வந்தது. புலவர்பிரான் எழுந்தார்; "அடியேனுடைய சிறிய விண்ணப்பம் ஒன்றுக்குச் செவி சாய்த்தருள வேண்டும்" என்றார். அருகில் இருந்தவர் அனைவரும் கம்பர் திருமுகத்தையே நோக்கினர். அரசன் மலர்ந்த முகத்துடன் அவரைப் பார்த்தான்.

"கொங்கு நாட்டில் வழக்கில் இருக்கும் கல்யாண வரிப்பணத்தை அடியேனுக்குத் தரும்படி கட்டளை பிறப்பிக்க இருப்பதை அடியேன் நன்றியறிவுடன் ஏற்றுக்கொள்கிறேன். ஆனால் கொங்கு நாட்டில் புலவர்கள் பலர் வறுமையினால் வாடுகிறார்கள். நான்

புலவன் என்ற சிறப்பினால் இந்த வரிப் பணத்தைப் பெற இருக்கிறேன். நான் பெறுவதை அந்த நாட்டுப் புலவர்கள் பெறும்படி ஆணை பிறப்பிக்க வேண்டும். இதனால் அவர்களுடைய வறுமையும் தீரும்; என்னையும் மக்கள் நினைக்க வழி ஏற்படும்" என்றார்.

கம்பருடைய பெருந்தன்மை யாவரையும் வியப்புக்கு ஆளாக்கியது. மன்னன் கம்பர் விருப்பப்படியே செய்தான். அது முதல் கொங்கு நாட்டு வேளாளர் வீட்டுக் கல்யாணங்களில் அந்த நாட்டுப் புலவர்கள் மரியாதை பெறலானார்கள். அவர்கள் கல்யாணத்துக் குச் சென்று வாழி பாடுவார்கள். பின்பு மணமனையினர் அளிக்கும் பாலை உண்டு கல்யாண வரியைப் பெறுவார்கள்.புலவர் வாழி பாடாவிட்டால் திருமணம் நடந்ததாகவே மக்கள் கருதுவதில்லை. நாட்டுக்குத் தீங்கு புரிபவர்கள் வீட்டுக்குப் புலவர்கள் போவதில்லை. அவர்கள் வாழி பாடாவிட்டால் அந்த வீட்டினரை மக்கள் புறக்கணித்து இழிவு செய்வார்கள், என்றும் கொங்குநாட்டில் வாழும் புலவர் என்னும் மரபினர் கம்பரால் கிடைத்த இந்தக் கல்யாண வரியைப் பெற்று வாழி பாடி வாழ்ந்து வருகிறார்கள்.

சிவிகை தாங்கிய வீரன்

தென்னார்க்காடு மாவட்டத்தில் ஆறகழூர் என்று ஓர் ஊர் உண்டு. அது முன் காலத்தில் பெரிய நகராக ஆறு அகழிகளையும் சிறந்த கோட்டையையும் உடையதாக விளங்கியது. ஆறு அகழிகளை உடையதனால் தான் ஆறகழூர் என்ற பெயரே உண்டாயிற்று. அதை ஆறை என்று புலவர்கள் செய்யுளில் பாடியிருக்கிறார் கள். அதைத் தலைநகராகக் கொண்ட நாட்டுக்கு மகத மண்டலம் என்று பெயர். அந்த நாட்டுக்குத் தலைவனாய்ப் பெரு வீரனாக இருந்த வாணகோவரையன் இராசராச தேவன் என்ற அரசனே ஆறகழூர் என்ற நகரை உண்டுபண்ணி அதில் இருந்து அரசாண்டு வந்தான். வாண அரசர்கள் மகாபலி சக்கரவர்த்தியின் வழி வந்தவர்கள் என்று தம்மைச் சொல்லிக் கொள்ளார்.

அந்தக் குலத்தில் வந்தவன் ஆறைவாணன், அவன் மகத மண்டலத்துக்குத் தலைவனாக இருந்தமை யால் மகதேசன், மாகதர்கோன் என்று புலவர் அவனைப் பாடினர்கள். வீரத்திலே சிறந்திருந்ததுபோலவே அறத்திலும் அவன் சிறந்து நின்றான்.

பாண்டியனுக்கும் அவனுக்கும் ஒருமுறை போர் 'மூண்டது. அந்தப் போரில் முடியுடை அரசனாக இருந்தாலும் பாண்டியன் தக்க படை வீரர்களைத் தொகுக்கா மையால் வாணனுக்கு எதிர் நின்று போரிட இயலவில்லை. சில நாட்கள் போர் நடந்தது. இறுதியில் பாண்டியன் தோல்வியுற்றான். அதுமுதல் அவன் ஆறைவாணனுக்கு அடங்கினவனாகி விட்டான்.

முடியுடை வேந்தனையும் அஞ்சச் செய்து வென்ற ஆறைவாணனுடைய வீரத்தைப் புலவர்கள் பாராட்டினார்கள். ஒரு சைவப் புலவர் பாண்டியன் தோற்றதை நயமாகப் பாடினார். "அந்தக் காலத்தில் வட மதுரையில் கண்ணனாகி மால் அரசாண்டான், வடக்கே உள்ள மகத நாட்டு அரசனாகிய சராசந்தன் என்பவனோடு பொருது தோற்று அவனுக்கு அஞ்சிக் கண்ணன் கடல் நடுவிலுள்ள துவாரகைக்குப் போய்விட்டான். அது வடக்கே நிகழ்ந்தது. இங்கே தெற்கே உள்ள மதுரையில் பாண்டியன் இருந்தான். மகதர்கோம னாகிய வாணன் சீறினமையால் அவன் தென் மதுரையை விட்டுத் தென் கடலுக்கு ஓடிப் போனான். மகதேசன் முனிந்தால் மன்னர்களுக்குப் புகும் இடம் கடல்தான் போலும்!" என்ற கருத்தை அமைத்து ஒரு பாடலைப் பாடினார்.

வன்மதுரை விட்டு
வடகடலான் மால்; வழுதி
தென்மதுரை விட்டின்று
தென்கடலான்;- நன்னுதலாய்!
மல்லார்தோள் மாகதர்கோ
மான்முனிந்தால் மன்னவருக்
கெல்லாம் கடலோ இடம்?

[மால் வடகடலான். மாகதர் கோமான்
கோமான் என்பது சராசந்தளையும் ஆறைவாணனையும் குறிந்தது.

ஆறைவாணனாகிய இராசராசதேவன் காலத்துக்குப் பிறகு வந்த வாண அரசர்கள் அவனைப் போன்ற பெரு

வீரம் உடையவர்களாக இருக்கவில்லை. ஆயினும் அவர்களோடு போர் செய்வதற்கு மன்னர்கள் அஞ்சினார்கள். முக்கியமாகப் பாண்டிய மன்னர் மிக அஞ்சினர். ஆயினும் வாணனால் தோல்வியுற்ற பழங் கதையைப் பின்னே வந்த பாண்டியர்கள் எண்ணி, அதற்கு ஏதேனும் மாற்றாக ஒன்று செய்யவேண்டும் என்று எண்ணினார்கள்.

ஒரு பாண்டியன் அப்போதிருந்த வாண அரசனை வெல்ல வேண்டுமென்று கருதினான். ஆயினும் அதற் குப் போதிய தைரியம் இல்லை. பழைய வாணனிடம் தோல்வியுற்ற பாண்டியன் காலத்தில் இருந்த படையை விட இப்போது இந்தப் பாண்டியனிடம் அதிகமான படை இருந்தது. இப்போது அரசனும் பழைய வாணனைப் போன்ற வலிமை உடையவன் அல்லன். இருப்பினும் இந்தப் பாண்டியனுக்குப் போரில் தனக்கு வெற்றி கிடைக்கும் என்ற உறுதி உண்டாகவில்லை. அதனால் வஞ்சகமாக வாண அரசனைச் சிறையெடுத்து வந்துவிட வேண்டும் என்ற எண்ணம் அவனிடம் எழுந்தது. அந்த எண்ணத்தை நிறைவேற்ற என்ன வழி என்று அவன் ஆராய்ந்துகொண்டிருந்தான்.

பாண்டியனுடைய படையில் கொங்கு நாட்டு வீரர் பலர் இருந்தனர். அவர்களுடைய உடல் உரமும் நெஞ்சுரமும் பாண்டியனுக்கு வியப்பை உண்டாக்கின. ஒரு நாள் பாண்டியன் தன் படை வீரர்களுக்கு முன் இருந்த போது, 'யாரேனும் வீரன் வாணனைப் பிடித்து வந்தால் அவனுக்கு என்ன வேண்டுமானாலும் தருவேன்" என்றான். அந்தப் படையில் கொங்குநாட்டில் மோரூர் என்ற ஊரிலிருந்து வந்தவனாகிய சூரியன் என்ற இளைஞன் ஒருவன் இருந்தான். அவன் பாண்டியன்

சொன்னதைக் கேட்டான். உடனே சற்றும் தடங்கலின்றி, "என்னை அனுப்பினால் நான் அவனைப் பிடித்து வருவேன்" என்று தலைநிமிர்ந்து சொன்னான்.

அவனுடைய உடல் மிடுக்கையும் பேச்சிலிருந்த உறுதியையும் கண்ட பாண்டியன் அவன் சொன்னபடியே செய்வான் என்று நம்பினான். அவனுக்கு என்ன என்ன வேண்டுமோ, அவற்றையெல்லாம் கொடுக்கும்படி கட்டளை இட்டான்.

ஆறகழூர் என்பது கொங்குநாட்டின் எல்லைக்கு அருகில் இருப்பது. சூரியனென்னும் வீரன் அந்த எல்லையில் பாண்டியனுடைய படை ஒன்றை வந்து இருக்கச் செய்தான். கொங்குநாட்டின் பெரும் பகுதி அக்காலத்தில் பாண்டியன் ஆட்சிக்குள் அடங்கியிருந்தது. சங்ககிரி என்ற ஊரில் ஒரு மலையும் அதில் ஒரு கோட்டையும் இருக்கின்றன. பாண்டிய மன்னன் அங்கே வந்து தங்கியிருந்தானானால், தான் ஆறகழூர் வாணனை அங்கே பிடித்துக் கொண்டுவந்து விடுவதாகச் சூரியன் சொன்னான். அப்படியே பாண்டியன் சங்ககிரியை அடைந்தான்.

சூரியன் வேறு சில நண்பர்களோடு கூலி வேலை செய்பவர்களைப் போல அழுக்காக உள்ள ஆடைகளைப் புனைந்துகொண்டு ஆறகழூர் போனான். அங்குள்ள மக்களிடம் தாங்கள் வேறு நாட்டிலிருந்து வந்தவர்கள் என்றும், தம்மைக் காப்பாற்றிய செல்வர் திடீரென்று இறந்து போய்விட்டமையால் தம்மைப் பாதுகாப்பவர் இல்லாமல் அங்கே பிழைக்க வந்திருப்பதாகவும். அவர்கள் சொல்லிக் கொண்டார்கள்.

"உங்கள் நாட்டை விட்டு இவ்வளவு தூரம் ஏன் வந்தீர்கள்? அங்கேயே ஏதாவது தொழில் செய்து பிழைக்கக்கூடாதா?" என்று அந்த ஊர்க்காரர்கள் கேட்டார்கள்.

"எங்களுக்கு வேறு தொழிலே தெரியாது. பல்லக்குச் சுமக்கும் தொழில் ஒன்றுதான் தெரியும். ஆகையால் ஏருழவோ, வெட்டவோ, கொத்தவோ தெரியாமல் யாருக்காவது பல்லக்குச் சுமந்து வாழலாம் என்று வந்தோம்."

"மற்ற இடங்களில் உங்களுக்கு வேலை கிடைக்க வில்லையா?"

"எங்கள் தலைவர் மிக்க வீரம் உள்ளவர் ; கருணை உள்ளவர்; பெருந்தன்மை உள்ளவர். அவருடைய சிவிகையைச் சுமந்த பிறகு சிறிய செல்வர்களைச் சுமக்க மனம் வரவில்லை. பெருந்தன்மை உடையவர்களை எளிதிலே காண முடியவில்லையே! இங்குள்ள வாண மன்னர் நல்லவரென்று கேள்வியுற்றோம். இவரிடம் வேலை கிடைத்தால் தொண்டு செய்யலாம் என்று வந்தோம்" என்றார்கள்.

இந்தச் செய்தி வாணகுல அரசன் காதுக்கு எட்டியது. அவன் சூரியனையும் அவன் நண்பர்களையும் அழைத்து வரச் செய்து பேசினான். சூரியன் பேச்சிலும் வல்லவனாக இருந்தமையால் அரசன் அவனிடம் மயங்கி விட்டான். அவனையும் அவன் நண்பர்களையும் தன் பல்லக்குத் தூக்கிகளாக நியமித்துவிட்டான். புதியதாக ஒரு சிவிகையை அப்போதுதான் செய்வித்திருந்தான். இவர்கள் வந்த சமயம் புதுச்

சிவிகைக்கு ஆள் தேடும் சமயமாக இருந்தது. ஆகவே இவர்களுடைய விருப்பம் எளிதில் நிறைவேறியது. சூரியனும் பிறரும் சிவிகை தூக்கும் ஏவலர்கள் ஆகிச் சில வாரங்கள் ஆயின. முன்னே தூக்கிப் பழக் கம் இல்லாவிட்டாலும் தோள் வலியுடையவர்களாதலால் அவர்கள் வருத்தமின்றித் தாம் மேற்கொண்ட செயலைச் செய்து வந்தார்கள். அரசனுக்கும் அவர்களிடம் அன்பு உண்டாயிற்று. சூரியனுக்கோ தான் பாண்டியனுக்குக் கொடுத்த வாக்கை நிறைவேற்றும் செவ்வியை எதிர் பார்த்துக் கொண்டிருந்தான்.

ஒரு நாள் இரவு வாண அரசன் நெடுநேரம் மகளிருடைய ஆடல் பாடலைக் கண்டு இன்புற்றான். மறுநாள் விடியற்காலையிலே எழுந்து ஏதோ ஓர் இடம் போக வேண்டும் என்று திட்டமிட்டிருந்தான். குதிரையிற் போகாமல் சிவிகையிலே போக எண்ணினான். முதல் நாள் தூங்காமல் இருந்த அலுப்பினால் தளர்வடைந் திருந்ததால் தூக்கம் தூக்கமாக வந்தது. ஆகையால் குதிரையில் போக விரும்பாமல் சிவிகையிலே ஏறிப் புறப்பட்டான்.

அரசன் முதல் நாள் சரியாகத் தூங்கவில்லை என்பதைச் சூரியன் உணர்ந்திருந்தான். சிவிகையில் அரசன் ஏறியவுடன் சூரியனும் அவன் நண்பர்களும் அதைத் தூக்கிக்கொண்டனர். சிவிகைக்கு முன் பக்கத்தில் சூரியன் இருந்தான். விடியற்கால வேளை; இன் னும் கருக்கல் வாங்கவில்லை. சிவிகையில் ஏறின மன்னன் அதிலே உறங்கிப் போனான்.

இதுதான் தக்க சமயமென்று அறிந்த சூரியன் மகத மண்டலத்தின் எல்லையை வெகு வேகமாகத் தாண்டிச்

சிவிகையைக் கொங்கு நாட்டுக்குள் கொண்டு வந்து விட்டான். அங்கே இருந்த வீரர்களும் சேர்ந்து கொண்டனர். அவர்களும் மாறி மாறிச் சிவிகையைத் தூக்கிய தால் மிகவும் வேகமாக அவர்களால் போக முடிந்தது.

வாணன் கண் விழித்து வெளியே பார்த்தான். புதிய இடமாக இருந்தது. சிவிகையைச் சுற்றி ஆயுதம் ஏந்திய வீரர்கள் நடந்து வருவதைக் கண்டான். தனக்கு ஏதோ தீங்கு நேர இருக்கிறதென்பதை உணர்ந்து கொண்டான்.

"யார் அப்பா அவர்கள்?" என்று சிவிகை தாங்கு பவரைக் கேட்டான் வாணன்.

'எங்களைச் சேர்ந்தவர்கள்" என்றார்கள்.

"ஏன் இந்த வழியாகச் சிவிகையைக் கொண்டு போகிறீர்கள்?"

"இதுவரையில் உங்கள் விருப்பப்படி நாங்கள் போனோம். இப்போது நீங்கள் எங்கள் விருப்பப்படி வரவேண்டும்."

"எங்கே போகிறீர்கள்?"

"பாண்டிய மன்னரிடத்தில். அவர் உங்களை வரவேற்கக் காத்துக் கொண்டிருக்கிறார்'' என்று ஒரு வீரன் சொன்னபோது யாவரும் நகைத்தார்கள்.

வாணன் கூண்டில் அடைபட்ட புலி போலானான். பெருந்திரளாகப் படை வீரர்கள் கூட்டம் அருகில் காவலாக வரும்போது அவனால் என்ன செய்யமுடியும்? தன் தலைவிதியை நொந்துகொண்டிருந்தான்.

சிவிகை இடையே சில இடங்களில் தங்கி இறுதியில் சங்ககிரியை அடைந்தது. யாரும் ஒரு துணை யின்றி ஆறகழூர் வாணன் தன்னந் தனியனாகப் பாண்டியன் முன் நின்றான்,

"இப்படி வஞ்சகமாகப் பிடித்து வருவதுதான் பாண்டிய மன்னருக்கு அழகோ?" என்று அவன் கேட்டான்.

"பல காலமாக எங்கள் குடிக்கு நேர்ந்த பழியை மாற்றிக்கொள்ளவே. இதைச் செய்தேன். இனி உம்முடைய ஆட்சி நமக்கு அடங்கி நமக்கு அடங்கி நடக்கவேண்டும். இல்லையெனில் உம்முடைய உயிர் இந்த உடலில் நில்லாது'' என்றான் பாண்டியன்.

வேறு வழியின்றி வாணன் பாண்டியனைப் புகலடைந்தான். தம் குலத்தாரை அஞ்சுவித்து நடுங்கச் செய்த பழைய வாணனால் பாண்டிய மன்னர் பெற்ற தோல்வி மாறிவிட்டதாக எண்ணி இந்தப் பாண்டியன் பூரித்து மகிழ்ந்தான்.

ஆறகழூர் வாணன் மீட்டும் தன் ஊர் சென்றான். அது முதல் அவன் பாண்டியன்கீழ் ஆட்சி புரியும் குறு நில மன்னனாகிவிட்டான்.

வாணனைத் தந்திரமாகப் பற்றி வந்த சூரியனிடம் பாண்டியனுக்குப் பெருமதிப்பு உண்டாகிவிட்டது. அவனைப் பலபடியாகப் பாராட்டினான். பல பரிசில்கள் அளித்தான். ஆகவராமன் என்ற பட்டப் பெயர் வழங்கினான். வெறும் சூரியன் என்று உள்ள பெயரை மாற்றிச் சூரிய காங்கேயன் வேளாளர்களைக் கங்கா புத்திரர்கள் என்பார்கள். காங்கேயன் என்பதற்குக் கங்கைக்கு மகன் என்று பொருள். வேளாளர் தலைவனாதலின் சூரியனைக் காங்கேயன் என்று சிறப்பித்தான் பாண்டியன். கொங்கு நாட்டின் ஒரு பிரிவாகிய எழுகரை நாடு என்ற பகுதியை அவனுக்கு வழங்கி, அதற்கு அவனைத் தலைவனாக்கினான். அது முதல் சூரிய காங்கேயன் எழுகரை நாட்டு அதிபனாக வளவாழ்வு பெற்று வாழ்ந்தான்.

அவனுடைய புகழைப் புலவர்கள் பாடினார்கள். ஆறை வாணனைப் பற்றிக் கொண்டுவந்து பாண்டியனுக்கு நேரே நிறுத்திய செயலை ஒரு புலவர் பின் வருமாறு பாடியிருக்கிறார்.

மிண்டாறை வாணனைமுன்
வெட்டாமல் பாண்டியன்நேர்
கொண்டுவந்து நிற்கவிட்ட
கொற்றவனும் நீ அலையோ?
தெண்டிரைசேர் மோரூரில்
தென்னன்மகு டாசலனே!
மண்டலிகர் தேர்ந்துமெச்ச
வாழ்சூர்ய காங்கெயனே!

(மிண்டு - செருக்குற்று நின்ற, தென்னன் மகுடா சலனே - பாண்டியன் சூட்டிய மகுடத்தை உடைய தளராத உறுதியை உடையவனே.

மண்டலிகர் - மண்டலங்களுக்கு நாயகராகிய அரசர்கள்.]

துழாவிய கொம்பு

பரம்பரை பரம்பரையாக வைத்தியம் செய்து வந்த குலம் அது. அக்குலத்தில் பிறந்து சித்தர்கள் இயற்றிய நூல்களை ஆராய்ந்து மருத்துவம் செய்து வந்தான் மூலன் என்னும் அந்தணன். தன் தந்தையாரிடம் கற்றதோடு, தன்னுடைய ஆராய்ச்சியாலும் அவன் பல நுட்பங்களை உணர்ந்திருந்தான்.

மூலிகைகளின் இயல்பை ஆராய்வதில் அவனுக்கு மிகுதியாக ஊக்கம் இருந்தது. மலையை அடுத்த இடங்களுக்குச் சென்று, அங்கே உள்ள மூலிகைகளை ஆராய்ந்து தொகுத்து, பற்பம் செய்வதற்கும் பிற மருந்துகள் செய்வதற்கும் பயன்படுத்திக் கொள்வான்.

கொங்கு மண்டலத்தில் திருச்செங்கோட்டைச் சார்ந்து கஞ்சமலை என்ற சிறிய மலை இருக்கிறது. அதில் மிகவும் அரிய மூலிகைகள் உள்ளன. அங்கே பழங் காலத்தில் கஞ்சமலைச் சித்தர் என்பவர் பல ஆண்டுகள் வாழ்ந்திருந்தார் என்று சொல்லுவார்கள். மூலனுக்கு இந்தச் செய்திகள் காதில் விழுந்தபோது, அங்கே போய்ப் பார்த்து வரவேண்டும் என்ற ஆவல் எழுந்தது.

மூலன் முதுமைப் பிராயம் உள்ளவன். 'பால சோதிடம், விருத்த வைத்தியம்' என்றபடி, அவனுக்கு மருத்துவ நூல் அறிவு நிரம்பியிருந்தது. அவனிடம் சில மாணாக்கர்கள் மருத்துவம் பயின்றார்கள். அவர் களுக்குள் மிகவும் நெருங்கிப் பழகும் மாணாக்கன் ஒருவன் இருந்தான். குருவை நோக்க அவன் இளையவனானாலும், அவனும்

முதியவன்தான். அவன் குற்றேவல்கள் செய்து குருவை வழிபடுபவன்.

கஞ்சமலைக்குச் செல்ல வேண்டுமென்று விரும்பிய மூலன், அந்த மாணாக்கனையும், துணையாக இருப்பான் என்று எண்ணி அழைத்துக் கொண்டு
சென்றான். அங்கே மரங்கள் மிக அடர்த்தியாக இல்லாவிட்டாலும், மூலிகைகள் நிரம்ப இருந்தன. காட்டு விலங்குகள் வாழும்படி காடு அவ்வளவு நெருக்கமாக இல்லை.

மூலனுக்கு உள்ளூற ஓர் ஆசை இருந்தது. சித்த வைத்தியத்தில் துறை போனவர்கள் பலருக்கு அந்த ஆசை இருப்பதுண்டு. தாமிரத்தைத் தங்கமாக்கும் இரச வாத வித்தையில் உள்ள ஆசைதான் அது. இரசத்தைக் கட்டி இரசமணி செய்தல், முப்பூ முடித்தல் முதலிய சில திறங்களில் அவர்களுக்கு வெற்றி கிடைத்து விட்டால், அடுத்தபடி இரசவாதம் செய்யவேண்டும் என்ற ஆசை உண்டாகிவிடும். ஆனால், அதைச் சாதித்தவர் உண்டோ, இல்லையோ தெரியாது. மூலனுக்கும் அந்த ஆசை இருந்தது வியப்பன்று. அதற்கு வேண்டிய மூலிகைகள் கஞ்சமலையில் இருப்பதாக ஒரு பரதேசி கூறியதைக் கேட்டதனால்தான் அங்கே போக வேண்டும் என்ற அவா அவனுக்கு உண்டாயிற்று. மலையின் மேல் ஏறி, பல இடங்களையும் பார்த்தான் மூலன். உண்மையிலேயே பல அருமையான மூலிகைகள் இருந்தன. சித்தர்கள் வாழும் இடமாக இருக்க அந்த மலை பல வகையிலும் தகுதியுடையதே என்பதை உணர்ந்தான். அவன் கற்பனை விரிந்தது. நிச்சயமாக இரசவாத வித்தையைச் சாதித்துவிடலாம் என்று நம்பினான்.

ஒவ்வொரு நாளும் மாணாக்கனுடன் விடியற் காலையில் எழுந்து மலையின் மேற்சென்று, மூலிகை ஆராய்ச்சி செய்வான் மூலன். போகும்போது, சமையலுக்கு வேண்டிய பண்டங்களையும் பாத்திரங்களையும் கொண்டு போவான். ஓரிடத்தில் அவற்றைப் போட்டு விட்டு மூலிகை ஆராய்ச்சி செய்வான். அவனுடைய மாணக்கன் சமையல் செய்து வைப்பான். குரு பல இடங் களுக்குப் போய்ச் சுற்றிப் பார்த்துவிட்டு வருவான். வந்து இருவரும் உணவு கொள்வார்கள். மாலை நேரம் ஆனவுடன் மலையை விட்டு இறங்கி, அடிவாரத்தில் உள்ள ஊருக்குச் சென்று விடுவார்கள்.

ஒரு நாள், அவர்கள் மலையின்மேல் ஏறிச் சென்றார்கள். வழக்கம்போல் மூலன் மூலிகையைத் தேடிச் சென்றான். அவன் மாணாக்கனும் சில இடங்களைப் பார்த்துவிட்டு, ஓரிடத்தில் சமையல் செய்யத் தொடங்கினான்.
ஒரு பாளையில் உலை வைத்து அரிசியைப் போட்டு அது கொதிக்கும்போது அதைக் கிளற வேண்டி யிருந்தது. அருகில் ஒரு கொம்பு கிடந்தது. அதை எடுத்து அதனால் கிளறினான். அந்தக் கொம்பின் சம்பந்தத்தால் சாதம் முழுவதும் கறுப்பாக மாறி விட்டது. அதைக் கண்டவுடன் மாணாக்கனுக்கு அச்சம் உண்டாயிற்று 'ஐயோ! நம் ஆசிரியர் வந்தால் சோற்றைக் கெடுத்துவிட்டாயே என்று வைவாரே!' என்று அஞ்சினான். நல்ல வேளையாகக் கையில் இன்னும் சிறிது அரிசி இருந்தது. அந்தக் கறுப்புச் சோற்றைத் தனியே எடுத்து வைத்துவிட்டு, பானையை நன்றாக அலம்பிப் புதிதாகச் சோற்றை வடித்தான் அந்தச் சோறு குருவுக்கு மாத்திரம் போதுமானதாக இருந்தது.

கெட்ட சோற்றைக் குரு கண்டால் கோபிப்பார் என்பதாலும்,தனக்குச் சோறு இல்லாமற் போனதாலும் அவன் ஒரு யோசனை செய்தான். எப்படி ஆனாலும் சரி என்று அந்தக் கருஞ்சோற்றை அவன் உண்டான். தன் குருவின் கண்ணில் சிறிதுகூடப் படவேண்டாம் என்பது அவன் கருத்து.

சோற்றை உண்ட பிறகு, வழக்கமாகக் களைப்பு உண்டாகும். ஆனால், இப்போது அவனுக்கு உடம்பிலே ஒரு கிளர்ச்சி தோன்றியது. பத்து ஆள் பாரத்தைச் சுமக்கலாம் என்பது போன்ற மிடுக்கு உண்டாயிற்று. அவனுக்கு ஒன்றுமே விளங்கவில்லை தான் தின்ற சோற்றில் ஏதோ சிறப்பு இருக்கவேண்டும் என்று உணர்ந்து கொண்டான். தன் குருவுக்கு இது தெரிந்தால் வருந்துவாரே என்று அஞ்சினான்.

சாதத்தை நன்றாக மூடி வைத்துவிட்டு, அருகிலே ஓரிடத்தில் ஒளிந்து கொண்டிருந்தான்.

சிறிது நேரம் கழித்து மூலன் உண்ணும் பொருட்டு வந்தான். அங்கே பானையில் சோறு இருந்தது. அருகில் மற்ற உண்டிகள் இருந்தன. ஆனால்,மாணாக்கனைக் காணவில்லை. பானையைப் பார்த்தபோது வழக்கமாக இருக்கும் அளவுக்குச் சோறு இல்லை.

தன் மாணாக்கன் முன்னே உண்டிருக்க வேண்டும் என்று ஊகித்தான் மூலன். அதனால்தான் சோறு குறைந்திருக்கிறது என்பது அவன் எண்ணம். ஏன் அவன் முதலில் உண்ண வேண்டும்? அவ்வாறு செய்கிறவன் அல்லவே ! இப்போது எங்கே போய் விட்டான்?' இந்த யோசனைகளிலே ஆழ்ந்துவிட்டான் குரு. பின்,

மாணாக்கனைப் பெயர் சொல்லிக் கூவினான். நாலு திசையும் பார்த்தான். அவன் உரக்கக் கூவுவதைக் கேட்டும் இன்னும் உண்ணாமல் இருப்பதை அறிந்தும் அந்த மாணாக்கனுக்கு ஒளிந்துகொண்டிருக்க மனம் இல்லை. மறைவிடத்திலிருந்து வெளி வந்து தன் குருவை அணுகினான்.

அவன் உடம்பு வளம் பெற்றிருந்தது. அவன் மயிர் நன்றாகக் கறுத்திருந்தது. முகத்தில் ஒரு புதிய உண்டாகியிருந்தது. அவனைக் கண்டவுடன் அவனே தன் மாணாக்கன் என்பதை மூலன் உணரவில்லை. "சுவாமி' என்று மாணாக்கன் அருகில் வந்து நின்றான்.

"ஐயா, என் மாணாக்கன் ஒருவன் இருந்தானே. அவனைக் கண்டீர்களா? நீங்கள் யார்?'' என்று கேட்டான் மூலன்.

"சுவாமி, என்னைத் தெரியவில்லையா?" என்று மாணாக்கன் கேட்டான். மூலன் அவன் குரலைக் கேட்டான். உருவத்தை நோக்கினான். தன் மாணாக்கனின் அடையாளங்கள் இருந்தன. ஆனால், இவன் கட்டிளமை உடையவனாக அல்லவா இருக்கிறான்?

"உம்மைப் பார்த்தால் என் மாணாக்கனுடைய அடை யாளமாக இருக்கிறது. ஆனால்...."

மாணாக்கன் தன் குருவின் காலில் விழுந்து, "சுவாமி, நான்தான் உங்கள் மாணாக்கன். நான் பண்ணிய குற்றத்தைப் பொறுத்துக்கொள்ள வேண்டும்" என்று சொல்லி அழுதான்.

மாணாக்கன் கூரிய அறிவாளி அல்ல. அவன் இயல்பை நன்கு அறிந்தவன் குரு.

"நீயா?" என்று கேட்ட மூலன், "நரை திரை போய் இப்படி ஆகியிருக்கிறாயே! எவ்வாறு இப்படி மாறினாய்?" என்று வியப்போடு கேட்டான்.

சுவாமி, நான் சமையல் பண்ணும்போது அருகில் இருந்த கொம்பு ஒன்றை எடுத்துக் கிளறினேன். சாதம் முழுதும் ஒரே கறுப்பாகிவிட்டது. உடனே பயந்து போய் வேறு சாதம் பண்ணி வைத்துவிட்டு அதை உண்டேன்,
அதனால் இப்படி ஆகியிருக்கும் " என்றான்.
அந்தச் சாதத்தில் மிச்சம் இருக்கிறதா?'
"உங்கள் கண்ணில் படக்கூடாதென்று அவ்வளவும் நானே சாப்பிட்டுவிட்டேன். பானையையும் நன்றாகக் கழுவிப் புதிதாகச் சமையல் பண்ணினேன்."

கைக்கெட்டியது தன் மாணாக்கன் வாய்க்கெட்டியது என்றும், தனக்கு எட்டவில்லை என்றும் எண்ணி ஏங்கினான் குரு. "சரி, அந்தக் கொம்பு எங்கே இருக்கிறது? எந்த மரத்தில் ஒடித்தாய்?" என்று கேட்டான்.

"நான் எந்த மரத்திலும் ஒடிக்கவில்லை. இங்கே கிடந்தது. அதனால் கிளறிவிட்டு அதை அடுப்பில் வைத்துவிட்டேன்" என்று மாணாக்கன் கூறினான்.

'அட பாவி!" என்று சொல்லிய குரு அப்படியே பிரமை பிடித்து உட்கார்ந்துவிட்டான். இளமைக் கோலத்துடன் முன்னே நின்ற தன் மாணாக்கனைப் பார்க்கப் பார்க்க

அவனுக்கு வயிறு பற்றி எரிந்தது. அப்படியே சிந்தனையில் மூழ்கிவிட்டான்.

திடீரென்று அவனுக்கு அவனுக்கு ஏதோ தோன்றியது. "வெல்லம் வைத்திருக்கிறாயா?' என்று கேட்டான்.

"கொஞ்சம் கொண்டு வந்திருக்கிறேன்" என்று சொல்லிப் பையிலிருந்து அதை எடுத்துக் கொடுத்தான் மாணாக்கன். ஆசிரியன் அதை வாங்கிச் சிறிது நேரம் வெளியில் வைத்தான், ஈக்கள் வந்து வெல்லக் கட்டியை மொய்த்தன. குரு அந்த ஈக்களை அப்படியே வெல்லத்தோடு அடித்துக் கொன்றான். வெல்லக் கட்டியை ஈக்களோடு

உருட்டி, "இந்தா, இதை அப்படியே விழுங்கு என்றான். அந்தப் பரமானந்த சீடன் தன் குரு சொன்னபடியே அதைக் கண்ணை மூடிக்கொண்டு விழுங்கினான். சிறிது நேரத்தில் வாந்தி எடுத்தான்.

அது கண்டு குருவுக்கு முக மலர்ச்சி உண்டாயிற்று. வாந்தி எடுத்ததை அப்படியே துண்டில் ஏந்திக்கொண்டான். சோறும் தண்ணீருமாக வந்தது. அதைக் கழுவி, அந்தச் சோற்றைக் குரு உண்டான். எப்படியாவது தானும் இளைஞனாக மாறவேண்டும் என்ற ஆசை!

மாணாக்கன் உண்ட சோறு முற்றும் சீரணமாகாமல் இருந்ததனால், அவன் குருவுக்கும் அந்தப் பிரசாதம் கிடைத்தது. அவனும் இளமையைப் பெற்றான். இந்த வரலாறு கரபுர நாதர் புராணத்தில் வருகிறது.

அந்த மாணாக்கன் றன்னை
அடுகைநீ செய்என் றோதிப்
புந்தியின் மருந்து தேடிப்
போயினள்: அயலில் சீடன்
உய்ந்திடக் கருநெல் லிக்கொம்
பொன்றினால் அனமது மூாவி
வெந்தனம் கரிபோல் ஆக
வெருவி அன் னத்தை உண்டான்.

(அடுகை - சமையல். புந்தி - புத்தி. வெந்து கரிபோல் ஆக. வெருவி - அஞ்சி)

நரைதிரை மாறி மேனி
நடந்தா ரெட்டாண் டேபோல்
புரையிலா அழகு பெற்றுப்
புடமிடு பொன்போல் ஆனான்.

(திரை - தோல் சுருக்கம். புரை இலா- குற்றம் இல்லாத)

துழாவிய கொம்பெங் கென்றான்;
சுள்ளியிற் போட்டேன் என்ன,
வழாதுநீ உண்ட சோற்றை
வாயினிற் கக்கென் றோத
மூாதசோ றதனைக் கக்க,
மிச்சிலைக் குருவும் உண்டான்;
தொழார் எவர் இவர்கள் தம்மைச்
சுந்தரப் பால ரானார்.

(சுள்ளி - சிறு கோல்கள்: மிச்சிலை - எச்சிலை.)

இந்த வரலாற்றை வேறு ஊர்களிலும் சொல்வதுண்டு, கருநெல்லி மரத்துக்கு இளமையை உண்டாக்கும் இயல்பு உண்டென்று மேலே சொன்ன பாடல்களால் தெரியவருகிறது. அதிகமான் ஔவையாருக்கு இளமை மாறாமல் இருக்கும் தன்மையுள்ள நெல்லிக் கனியை அளித்தான் என்ற வரலாறு சங்க நூல்களில் வருகிறது. அந்த நெல்லிக்கனி கருநெல்லிக் கனியே என்பர். அந்தக் கனியை 'அமிழ்து விளை தீங்கனி' என்று ஔவையார் பாராட்டுகிறார்.அமிழ்து இறப்பை நீக்குவது.

மேலே சொன்ன கதையைக் கொங்கு மண்டல சதகமும் கூறுகிறது.

உலையில் அமுது படைத்துண்ட
சீடன் ஒளித்திருப்பத்
தலையில் மயிரும் கறுக்கக்கண்
டேஅவன் சற்குருவும்
நிலையுடன் கக்குவித் துண்டடைந்
தான்நன் னெறியிற்கஞ்ச
மலையில் அதிசயம் கண்டது
வும்கொங்கு மண்டலமே.

:நீங்கள் எல்லாருக்கும் கொடுக்க வேண்டும் என்ற நல்ல உள்ளத்தோடு இருக்கிறீர்கள். உங்களால் கொடுக்க முடிந்தவற்றையெல்லாம் கொடுத்து வருகிறீர்கள்" என்றார் அன்பர்.

"இறைவன் திருவருளால் கிடைத்ததைப் பலருக்கும் கொடுப்பதில்தான் இன்பம் இருக்கிறது. அதைப் பாதுகாத்து வைத்துக்கொண்டு நாமே உண்பதில் என்ன நன்மை இருக்கிறது?" என்றார், ஈகையினால் ஏற்றம் பெற்ற செல்வர்.

"இங்கே வருகிறவர்களும், பிறந்தகம் வந்த பெண் பிள்ளை தன் ஆசையை யெல்லாம் தாயிடம் சொல்லித் தனக்கு வேண்டியதைக் கேட்டுப் பெற்று இன்புறுவது போலக் கேட்கிறார்கள்."

"இதில் என்ன வியப்பு இருக்கிறது? தங்களுக்கு வேண்டியதைக் கேட்கிறார்களே; அதுவே என் பாக்கியம் அல்லவா? இன்னாருக்கு இன்னது வேண்டும் என்று குறிப்பினால் அறிந்து, அதனை வழங்குவதே உண்மையான கொடையாகும். அப்படியின்றி, வருகிறவர்கள் வாய்விட்டுக் கேட்க அதன் பிறகு நான் கொடுக்கிறேனே, அது உயர்ந்த கொடையாகுமா? குறிப்பறிந் தீதலே கொடை என்று சொல்வார்கள் அல்லவா?"

தொண்டை நாட்டில் காஞ்சீபுரத்துக்குத் தெற்கே பத்து மைலில் உள்ள மாகறல் என்ற ஊரில் இருந்த புண்ணியகோடி என்னும் பெயரை உடைய வேளாண்

குலச் செல்வர் அவர். பெற்ற செல்வத்தைப் பிறருக்கு வழங்கி அவர்கள் பெறும் இன்பத்தைக் கண்டு மகிழ்வதே வாழ்க்கையில் சிறந்த இன்பம் என்று எண்ணி வாழ்பவர். அவரிடம் பலவகையான மக்கள் வருவார்கள். தொழிலாளிகள் வருவார்கள்; வேளாளர் வருவர்; அந்தணர் வருவர்; புலவர்கள் வருவார்கள். அவரவர்களுக்கு வேண்டிய பொன்னும் பொருளும் கொடுத்து, விருந்துணவு வழங்கிச் சில நாள் இருக்கச் செய்து விடை தருவது புண்ணியகோடியின் வழக்கம்.

இறைவன் திருவருளால் அவருடைய செல்வம் பெருகியது. அவருடைய நிலங்கள் நன்கு விளைந்தன. அவ்வளவுக்கு அவ்வளவு அவருடைய அறச் செயல்கள் வளர்ந்தன.

தம்மை அண்டி வந்தவர்களுக்குப் பசியாற உணவு வழங்குவதே பெரிய அறம். ஆனால், புண்ணிய கோடிக்கு அது பெரிதாகத் தோன்றவில்லை. ஒரு வேளைச் சோறு போட்டால் அப்போதைக்கு உண்பவர்கள் வயிறு நிரம்பிவிடும். ஆனால், அவரவர்கள் வாழ்க்கையில் எத்தனையோ வகையான இன்னல்கள் உண்டாகின்றன. ஒரு வேளை உணவு உண்டு வயிறு நிரம்புவதனால் அந்த இன்னல்கள் நீங்கி விடுவதில்லை. சிலருக்கு வாழ வீடு இல்லாமல் திண்டாடலாம். சிலர் திருமணம் செய்துகொள்ள வழியில்லாமல் வாடலாம். இன்னும் சிலர் வீட்டில் குழந்தைக்குப் பால் தரும் பசு இல்லாமல் குறையுறலாம். இப்படி மனிதர்களுக்கு உள்ள குறைகள் பல. அவற்றைக் கூடிய வரையில் கேட்க முடிந்தால், அதுவே பெரிய பாக்கியம் என்று எண்ணினார். இறைவி காஞ்சீபுரத்தில் முப்பத்திரண்டு வகையான அறங்களைச் செய்தாள். அவற்றில் ஒன்று தானே அன்னதானம்?

இத்தகைய எண்ணமுடையவ ராதலின் அந்த உபகாரி தம்பால் யாரேனும் வந்தால் அவருடைய பசியை ஆற்றி அவருடைய குடும்ப நலனைப்பற்றி விசாரிப்பார். அவருக்கு ஏதேனும் குறை என்பதை அந்தப் பேச்சிலிருந்து தெரிந்துகொள்வார். உடனே அந்தக் குறையை நிறைவேற்றுவார். அவருடைய இயல்பை அறிந்த பலர், தமக்கு இன்னது வேண்டுமென்று கேட்பதற்குத் தயங்குவதில்லை.

ஒரு நாள் யாரோ ஒருவர் வெளியூரிலிருந்து மாகறலுக்கு வந்தார். புண்ணியகோடி என்னும் தர்மவான் அவ்வூரில் இருப்பதை நாடியே வந்தார். அவ்வூர் எங்கே இருக்கிறதென்று வழி கேட்டு வந்துவிட்டார். ஊருக்குள் வந்தவர் வள்ளலின் வீட்டையும் அடையாளம் கேட்டுத் தெரிந்து கொண்டார். அந்த வீட்டை நோக்கிப் புறப்பட்டபோது, அவர் கால் எழவில்லை. ஏதோ வருத்தம் அவர் உள்ளத்தில் இருந்ததென்று தெரிந்தது. முகத்தில் பொலிவில்லை. நடந்துகொண்டே இருந்தவர், திடீரென்று நின்றார். வந்த வழியைத் திரும்பிப் பார்த்தார். மறுபடியும் அந்த வழியே திரும்பிப் போய்விடலாம் என்று அவர் நினைத்தார் போலும்!

மறுபடியும் நாலு அடி எடுத்து வைத்தார். அவருக்கு மேலே நடக்க ஊக்கம் உண்டாகவில்லை. சிறிது நேரம் நின்றார். மீண்டும் நடந்தார். எப்படியோ புண்ணியகோடியின் வீட்டுக்குப் போய்விட்டார். அவரைக் கண்டவுடன் அந்தச் செல்வர் வரவேற்று உபசரித்தார். வந்தவர் அதிகமாகப் பேசவில்லை. ஏதோ அரைகுறை மனத்தோடு உபசாரங்களை ஏற்றுக்

கொண்டார்.

அவர் மிகவும் வாட்டமுற்றிருப்பதை அறிந்து புண்ணியகோடி, "உங்களுக்கு ஏதோ வருத்தம் இருக்கிறதுபோலத் தோன்றுகிறது. ஏதாவது இல்லாத குறையானால் தெரிவியுங்கள், நான் அதைப் போக்க முயலுகிறேன்" என்றார். வந்தவர், "ஒன்றும் இல்லை" என்று சொல்லிவிட்டார். ஆனால், அவர் முகத்தில் சோகம் படர்ந்திருந்தது. புண்ணியகோடி உபசரித்து உணவு வழங்கினார். மிகவும் நாணத்தோடு அந்த உணவை உட்கொண்டார் வந்தவர். மற்றவர்கள் மகிழ்ச்சியோடும் ஆரவாரத்தோடும் விருந்துண்டார்கள். அவர் மாத்திரம் யாரோடும் பேசவில்லை. எதையோ இழந்து விட்டவர்போல இருந்தார்.

விருந்து உண்டவுடனேயே அவர் வள்ளலிடம் விடை பெற்றுக்கொண்டார். அவர் புறப்படும்போது புண்ணியகோடி, "உங்களுக்கு ஏதேனும் வேண்டுமா?" என்று கேட்டார். "ஒன்றும் வேண்டாம். இங்கே சாப்பிட்டதே போதும்!" என்று சொல்லிப் புறப்பட்டு விட்டார். சோழநாட்டில் உள்ள ஓர் ஊரை அவர் தம்முடைய ஊரென்று சொன்னார். வேறு எதுவும் அவரைப் பற்றித் தெரியாது.

இரண்டு நாட்கள் சென்றன. ஒரு புலவர் புண்ணிய கோடியை நாடி வந்தார். அவர் பலமுறை வள்ளலிடம் வந்து பழகியவர், வள்ளலுடைய ஈகைச் சிறப்பை வாய் கொண்ட மட்டும் போகிற இடங்களில் எடுத்துரைப்பவர். அவர் மாகறலுக்கு வந்து புண்ணியகோடியைக் கண்டார்; கண்டவுடன், "இரண்டு

நாட்களுக்குமுன் சோழநாட்டில் இன்ன ஊரிலிருந்து ஒருவர் இங்கே வந்தாரா?"என்று கேட்டார்.

வள்ளல், "ஆம், வந்தார். எப்போதும் வாடிய முகத் தோடு இருந்தார்" என்றார்.

"அவர் உங்களிடம் ஏதாவது கேட்டாரா? நீங்கள் அவருக்கு என்ன கொடுத்தீர்கள்?" என்று கேட்டார் புலவர்.

"அவர் தமக்கு ஒன்றும் வேண்டாம் சொல்லிவிட்டார். ஆனால், அவர் முகம் மிகவும் வாட்ட முற்றிருந்தது.'

“ அவர் ஒன்றும் கேட்கவில்லையா? வியப்பாக இருக்கிறதே! நான் படித்துப் படித்துச் சொன்னேனே! வாயைத் திறந்து கேட்டால் இங்கே எல்லாம் கிடைக்கும் என்றேனே; அதை அவர் நம்பவில்லையா?"

"உங்களுக்கு அவரைத் தெரியுமா? அவர் யார்? அவர் ஏன் அப்படி வாட்டத்தோடு இருக்கவேண்டும்?"
அவரைப்பற்றி நான் சொன்னால் நீங்கள் ஆச்சரியப்படுவீர்கள். அவரும் உங்களைப்போலச் செல்வராக இருந்தவர். ஊழ்வினையினால் அவர் நிலை மாறியது. இப்போது தம்மிடம் இருந்த பொருள் முழுவதும் போய், வறிய நிலையில் இருக்கிறார். கொடுத்துக் கொடுத்துச் சளைத்த கை; உயிர் போனாலும் பிறரிடம் நீளாத கை."

"அப்படியா? அவர் தம்மைப்பற்றி ஒன்றும் சொல் கொள்ளவில்லை. மற்றவர்களைப்போல வந்தார்" உணவு கொண்டார். புறப்பட்டு விட்டார்!"

"அடடா! நான் எவ்வளவு வற்புறுத்திச் சொன்னேன்! நீங்கள் அங்கே போனால் தாராளமாக உங்களுக்கு வேண்டியதைச் சொல்லலாம் என்று ஊக்க மூட்டினேன். அப்படியெல்லாம் செய்ய என்ன அவசியம் நேர்ந்தது?"

அவர் கொடுத்து இளைத்தவர். இப்போது அவரைக் கவனிப்பவர் யாரும் இல்லை. எனக்குப் பழக்கமானவர். அவருடைய வீடு மிகவும் சிதைந்து போயிற்று. அதைக் கட்டமுடியாமல் திண்டாடுகிறார். தமக்குத் தெரிந்தவர்களிடம் உதவி பெற அவர் நாணுகிறார். அவர் நன்றாக வாழ்ந்தபோது அவரிடம் உதவி பெற்றவர்கள் இப்போது ஏறெடுத்தும் பார்ப்பதில்லை."அப்படியா? நான் ஒன்றும் அறிந்து கொள்ள முடியவில்லையே!"

"அவருடைய நிலை எனக்கு மிக்க துயரத்தைத் தந்தது. சோழநாட்டுக்காரராகிய அவருக்குத் தொண்டை நாடு புதியது. நீங்கள் எல்லோருக்கும் வேண்டியது தருவதை நான் அவரிடம் சொன்னேன். பேசிக் கொண்டிருக்கும் போது உங்களைப்பற்றிச் சொல்ல நேர்ந்தது. அதைச் சொல்லும்போது எனக்கு எந்த நினைவும் இல்லை. ஆனால், அதைக் கேட்ட அவர், அப்படியும் ஒரு செல்வர் இந்த உலகத்தில் இருக் கிறாரா?'"என்று கேட்டுப் பெருமூச்சு விட்டார். அப்போதுதான் எனக்கு ஒரு யோசனை தோன்றியது; அவரை உங்களிடம் அனுப்பினால் என்ன என்ற எண்ணம் வந்தது."

"நீங்கள் அனுப்பித்தான் அவர் வந்தாரா? அவர் அதைச் சொல்லவில்லையே!"

'அவர் இங்கே வந்ததே பெரிய காரியம். எப்படியாவது இங்கே அவரை வரச் செய்யவேண்டும் என்ற எண்ணத்தோடு பல நியாயங்களைச் சொன்னேன்; வற்புறுத்தினேன். அவர் இறுதியில், வருவதாக ஒப்புக் கொண்டார். நானே அழைத்து வருவதாகச் சொன்னேன். அவர் இசையவில்லை. அவர் இங்கே வந்ததைக் கேட்டதும், முதலில் எனக்கு அளவற்ற களிப்பு உண்டாயிற்று. ஆனால், அவர் எதற்காக வந்தாரோ, அது நிறைவேறவில்லை என்பதை எண்ணி வருந்துகிறேன்."

"எனக்கும் வருத்தமாகத்தான் இருக்கிறது. குறிப்பாக ஒரு வார்த்தை சொல்லியிருந்தாலும் ஏதாவது செய்திருக்கலாம். இப்போதுதான் என்ன? ஒன்றும் தவறு நேர்ந்து விடவில்லை. அவரைத் தான் உங்களுக்குத் தெரியுமே. உங்களையே அவராக நினைத்துக் கொண்டு பொருள் தருகிறேன். நீங்கள் அதை எடுத்துச் சென்று அவருடைய வீட்டை நன்றாகக் கட்டிக் கொடுத்து விட்டு வாருங்கள். இது எனக்குச் செய்த பேருதவியாக இருக்கும்."

வள்ளலின் வாய் மொழியைக் கேட்டுப் புலவர் பிரமித்துப் போனார். இப்படியும் உபகாரம் செய்பவர்கள் இருப்பார்களா என்று வியந்து பாராட்டினார். புண்ணியகோடி வழங்கிய பொருளைப் பெற்றுக் கொண்டு, மானமுடைய சோழ நாட்டு அன்பரிடம் சென்றார்.

வள்ளல் புண்ணியகோடியின் விருப்பப்படியே புலவர் செய்தார். சோழ நாட்டு அன்பர் எவ்வளவு மறுத்தும் கேளாமல், அவருடைய வீட்டைச் செவ்வையாகக் கட்டிக் கொடுத்தார். பின்பு, மீட்டும் மாகறலுக்கு வந்து தாம் செய்ததைச் சொன்னதோடு, வாய் நிரம்பப் புண்ணியகோடியின் புகழைப் பாடினார்.

அந்த வள்ளல், "புலவரே, இப்படி வாருங்கள்,ஒரு புதிய ஏற்பாடு செய்திருக்கிறேன்; அதை வந்து பாருங்கள்" என்றார்.

புலவர் அவருடன் சென்றார். அவர் தம் வீட்டு வாசலில் ஒரு பக்கத்தைக் காட்டினார். அங்கே புதியதாக மணலைப் பரப்பி யிருந்தார்கள். அந்த மணலைக் காட்டினார் புண்ணியகோடி. "இது எதற்காகத் தெரியுமா?" என்று கேட்டார்.

"இங்கே ஏதேனும் கொட்டகை போட்டுத் திருமணம் செய்யப் போகிறீர்களா?" என்றார் புலவர்.

"அதெல்லாம் இல்லை. இந்த மணல், பள்ளிக் கூடத்து மணலைப் போன்றது.

"எனக்கு நீங்கள் சொல்வது விளங்கவில்லையே!"

'பள்ளிக்கூடத்து மணலில் பிள்ளைகள் எழுதிப் பழகுவார்கள் அல்லவா? இங்கே வருபவர்கள் தங்களுக்கு வேண்டியது இன்னதென்று இந்த மணலில் எழுதட்டும் என்று இதைப் பரப்பச் சொன்னேன்."

"இது என்ன புதுமையாக இருக்கிறதே. அவர்களை ஏன் அவ்வாறு செய்யச் சொல்ல வேண்டும்?"

'இந்த யோசனை உங்களால் தான் வந்தது. இங்கே வருகிறவர்கள் யாவருமே தமக்கு வேண்டியவை என்று சொல்வார்கள் என்று நான் நினைத் திருந்தேன். அது தவறான எண்ணம் என்பதை உங்களால் உணர்ந்து கொண்டேன். அந்தச் சோழ நாட்டு அன்பர் இங்கே வந்ததும் தம்முடைய குறையைச் சொல்லவில்லை; என்னாலும் தெரிந்து கொள்ள முடிய வில்லை. அவருக்கு மான உணர்ச்சி மிகுதி; அதனால் தான் வாய் திறந்து எதையும் கேட்கவில்லை. பிறரிடம், எனக்கு இன்னது வேண்டும் என்று வாயாறச் சொல்லக் கூசும் மக்கள் பலர் இருக்கிறார்கள். அத்தகையவர் களுடைய குறையை அறிய வழி இல்லையே என்று நான் வருந்தினேன்; யோசித்தேன். அப்போது, இந்தத் தந்திரம் செய்யலாம் என்று தோன்றிற்று."

"என்ன தந்திரம்?"

"நேரே ஒரு பொருள் வேண்டுமென்று கேட்க நாணுகிறவர்கள், தமக்கு வேண்டியதை இந்த மணலில் நான் அதை அறிந்து வேண்டியதை எழுதினால், வழங்குவேன். மானம் உள்ளவர்கள் வாய் திறந்து, 'ஈ' என்று சொல்ல மாட்டார்கள். ஆனாலும், அவர்களுக்குக் குறைகள் இருந்து கொண்டிருக்கின்றன. அவற்றைத் தீர்க்க வேண்டுமானால், அவர்கள் நாணம் அடையாத வழியில், நாம் அவர்கள் குறையைத் தெரிந்து கொள்ள வேண்டும். அதற்காகத்தான் இந்த முறையை மேற் கொண்டேன். என்னைப் பாராமலே தங்களுக்கு வேண்டியதை மணலில் அவர்கள் எழுதி விடலாம். நான்

அதைப் பார்த்து வேண்டியதை வழங்குவது எளிது, இந்த ஏற்பாடு எப்படி?"

புலவருக்கு ஒன்றும் சொல்லத் தோன்றவில்லை. பிறருடைய உள்ளத்தில் தோன்றும் உணர்ச்சியை அவர் எவ்வளவு நுட்பமாகக் கவனிக்கிறார் என்று எண்ணி எண்ணி வியந்தார். "இப்படி யெல்லாம் செய்து பிறருக்குக் கொடுக்க வேண்டும் என்று நினைக்கிற நீங்கள் மனிதர் அல்ல; தெய்வமே!" என்று பாராட்டினார்.

அதுமுதல் புண்ணியகோடியிடம் வருபவர்கள் யாவரும் தமக்கு வேண்டியதை அந்த மணலில் எழுதித் தெரிவிக்கலானார்கள். யாரும் செய்யாத இந்த முறையைப் புலவர் உலகமும் புரவலர் உலகமும் வியந்து பாராட்டியது.

புண்ணியகோடி பிறர் மானத்தை உணர்ந்து இவ்வாறு ஒரு வழி செய்ததைப் பாராட்டும் பழம்பாட்டு ஒன்று உண்டு. அது வருமாறு:

"நீள்நி லத்திலுறும் ஏழை மாந்தரீர்!
நீவிர் வேண்டுவன் இன்புறீஇ
நேரில் கேண்மின் அவை தருவன்யான்; அலதும்
நினைவில் உன்னுமவை நவிலநீர்
நாணில் எம்முடைய மனைமுன் வாயில்தனில்
நன்ம் ணல்மிகுதி கொட்டியே
நாம்ப ரப்பியும் இருக்கிறோம்; அதனில்
நாடி வந்ததனை எழுதுமின்;
காணில் அங்குடனே அருள்வம்" என்ன அவன்

கட்ட ளைப்படியே திட்டமாய்க் கையி னால் எழுத
உவகை யோடுபொருள்
கண்ட ளித்தபிரபு ஆர்எனின்,
பூண்இ லங்குவர நதிகு லத்தில்வரு
புண்ய னான அதி கண்யனாம்,
புலவர் போற்றுமா கறலின் மேவும் எழில்
புண்ய கோடிஎனும் பூபனே.

*[இன்புறீஇ - இன்புற்று அலது உம் நினைவில்.
வர நதிக்குலம் - கங்காகுலம்; அந்தக் குலத்தில்
வந்தவர் வேளாளர்.]*

ஆயிரம் வேலி அதம்பார்

தஞ்சை மாவட்டத்தில் அதம்பார் என்ற ஓர் ஊர் உள்ளது. அங்கே உள்ள இராமர் திருவுருவம் மிக அழகியது. வடுவூர், தில்லைவளாகம் என்னும் இடங்களில் உள்ள இராமபிரானுடைய திருவுருவங்களோடு அதையும் சேர்த்துச் சொல்வது வழக்கம்.

ஆங்கிலேயர் இந்த நாட்டுக்கு வந்த காலத்தில் இந்த நாட்டில் உள்ள நிலங்களைக் கணக்கெடுத்து, வரி விதிக்கலானார்கள். இதை 'ஸெட்டில்மெண்ட்' என்று சொன்னார்கள். அக்காலத்தில் அங்கங்கே அதிகாரிகளை நியமித்து இந்த வேலையைக் கவனிக்கச் செய்தார்கள். அதிகாரிகள் ஊர் ஊராகச் சென்று மணியகாரரை யும் கணக்கப் பிள்ளையையும் பார்த்து அங்கே எத்தனை நிலங்கள் உள்ளன என்றும், அவற்றில் என்ன விளைகிற தென்றும், எப்படி விளைகிறதென்றும் விசாரணை செய்தார்கள். நிலத்தின் தரம், விளைவின் சிறப்பு ஆகிய வற்றுக்கு ஏற்றபடி வரி விதிப்பதற்காக இத்தகைய கேள்விகளை அதிகாரிகள் கேட்டு வந்தார்கள்.

இந்த விசாரணையின் பொருட்டு ஸெட்டில்மெண்டு அதிகாரி ஒருவர் அதம்பாருக்கு வந்தார். அதம்பார் வளமுள்ள ஊர். சோற்றால் மடையடைக்கும். சோணாட்டைச் சேர்ந்தது அல்லவா? அது மட்டும் அன்று. அந்தப் பகுதிகளே உரம் பெற்ற நிலம் பரந்த இடங்கள்.

அதிகாரி வந்தவுடன் அவரை மணியகாரரும் ஊரில் உள்ள செல்வர்களும் வரவேற்று உபசரித்தார்கள்.

நல்ல விருந்தளித்தார்கள். விருந்துண்டு இளைப்பாறினார். அதிகாரி. பிறகு ஊரின் நிலங்களைப் பற்றிய விவரங்களை அறியத் தொடங்கி ஊர்க்காரரர்களைக் கூட்டினார். ஊரில் நிலங்களுக்குச் சொந்தக்காரரர்களான நிலக் கிழவர்களை அழைத்து வைத்துக் கொண்டார். புதிதாக நடைபெறும் விசாரணை ஆதலால் ஊராருக்கே விநோதமாக இருந்தது.

மணியகாரரும் செல்வர். அவர் வீட்டு வாசல் திண் ணையில் அதிகாரி அமர்ந்து கொண்டார். மற்றொரு திண்ணையில் ஊர்ப் பிரமுகர்கள் உட்கார்ந்திருந்தார்கள். மற்றவர்கள் திண்ணைக்குக் கீழே மரியாதையுடன் நின்று கொண்டிருந்தார்கள். ஊர்க் கணக்கப்பிள்ளை அதிகாரிக்கு முன்னே சிறிது விலகி மேல் துண்டை இடுப் பில் கட்டிக்கொண்டு கையைக் கட்டினபடியே நின்றார். அரசாங்க அதிகாரி என்றால் அந்தக் காலத்தில் அவ்வளவு மரியாதை; பயங்கூட உண்டு.

அதிகாரி என்ன கேட்பாரோ என்று எல்லோருக்கும் ஒரு விதமான பயம். அவர், "இந்த ஊர் நிலங்கள் எல்லாம் எப்படி? நல்ல வளப்பம் உடையவையா? எத்தனை வேலிகள்?" என்று கேட்டார். கணக்கப் பிள்ளையைப் பார்த்துத்தான் அந்தக் கேள்வியைக் கேட்டார்.

யாருக்கும் தம்முடைய ஊரின் வளப்பத்தைப் பற்றிச் சொல்வதென்றால் உற்சாகம், வானம் பார்த்த பூமியுள்ள ஊர்களில் இருப்பவர்களைப் போய்க் கேட்டுப் பாருங்கள். "காவேரிப் பாசனம் எதற்கு ஆயிற்று? இங்கே சரியானபடி விளைந்தால் பொன்னைக் குவிக்கலாமே!" என்று சொல்வார்கள். அப்படியானால் நீர்வளம் படைத்த சோழ நாட்டைப் பற்றிச் சொல்லவா வேண்டும்?

இலக்கியங்கள் சோழ நாட்டு வளத்தைப் பலவகையில் பாராட்டுகின்றன. 'ஒரு பெண்யானை படுத்திருக்கும் சிறிய இடத்தில் விளையும் விளைவைக் கொண்டு ஏழு ஆண் யானையைப் பாதுகாக்கலாம்" என்று ஒரு புலவர் பாராட்டுகிறார். நாடோடிப் பாவலனோ, "கட்டுக் கலங்காணும்; கதிர் உழக்கு நெல் காணும்" என்று அந்த வளத்துக்கு அளவு கூறுகிறான். 'மற்ற நாடுகளில் ஏரிப் பாசனத்தாலும் இறைவையாலும் விளையும் நெல்லும் சரி, சோழ நாட்டில் அரிகாலின் கீழே சிந்தும் நெல்லும் சரி" என்று சங்க காலத்துப் புலவர் ஒருவர் சொல்கிறார்.

அதம்பார் நிலவளத்தைக் கணக்கப்பிள்ளை சொல்லத் தொடங்கினார். அந்தப் பக்கங்களில் அவ்வூர் நிலவளத்தை யாவரும் அறிவார்கள். அதைப் பழ மொழியாகவே வழங்கி வந்தார்கள். அதனால் கணக்கப் பிள்ளை எளிதிலே அவ்வூர் நிலப் பரப்பையும் அதன் வளத்தையும் சொல்லி விட்டார்:

"ஆயிரம் வேலி அதம்பார்;
ஆனை கட்டும் தாள்;
வானம் முட்டும் போர்."

பழமொழியைப் போல வழங்கும் இதை கணக்கப் பிள்ளை சொன்னார். அதம்பாரில் ஆயிரம் வேலி நிலம். அங்கே விளையும் நெல்லின் தாளில் ஆனையைக் கட்டலாம். என்றால் எவ்வளவு பெரிதாக இருக்க வேண்டும்! அறுப்புக்கு முன்னால் காணும் காட்சி அது. அறுவடையான பிறகு களத்தில் போய்ப் பார்த்தால் நிலவளத்தை நன்கு உணரலாம். வானத்தை முட்டும் போரால் உணர்ந்து கொள்ளலாம்.

எல்லோருடைய வாயிலும் அடிபடும் பழமொழியைத் தான் கணக்கப் பிள்ளை சொன்னார். எதிரே இருந்த திண்ணையில் உட்கார்ந்திருந்த செல்வர்களில் ஒருவருக்குக் கணக்கப்பிள்ளை என்ன சொல்லப் போகி றாரோ என்று கவலை உண்டாயிற்று. அவர் கொஞ்சம் உண்மை தெரிந்தவர். வளமான நிலம் என்றால் அதற்கு வரி அதிகமாகப் போட்டு விடுவார்கள் என்பதை அறிந்தவர். அந்த ஊரில் அதிகமான நிலங்களை உடையவர் அவர். 'இந்தப் பைத்தியம் இந்த நாடோடிப் பழ மொழியை உளறி வைத்தால் இங்கே பொன் விளைகிறதென்ற நினைப்பில் கணக்கில்லாமல் வரியைப் போட்டு விடுவானே!' என்று அவர் அஞ்சினார்.

அவர் அஞ்சியபடியே ஆகிவிட்டது. கணக்கப் பிள்ளை,'ஆயிரம் வேலி ஆதம்பார்" என்று சொல்லத் தொடங்கும் போதே அந்தச் செல்வர் சற்றே கனைத்துக் கொண்டார். கணக்கப்பிள்ளை கடைக்கண்ணால் அவரைப் பார்த்தார். அப்போது செல்வர் தம் வலக்கையை மூடி மோதிரம் தெரியும்படி உயர்த்திக் காட்டினார்.

கணக்கப்பிள்ளைக்குத் தெரியாத தந்திரமா? நிலத்தின் மதிப்பை உயர்த்தினால் வரியும் உயரும் என்பதை அவரும் அறிவார். தம்முடைய வார்த்தைகளால் நிலம் படைத்தவர்களுக்கு அதிக வரி போடும்படி நேரும் என்பதை உணர்ந்தே சொல்லலானார். செல்வர் தம் இறுக்கிய கையை உயர்த்திக் காட்டியபோது அதில் இருந்த கல்மோதிரம் பளிச்சென்று ஒளிவிட்டது. 'எனக்கு ஆதரவாகச் சொல்: அப்படிச் சொன்னால் உனக்கு இந்த மோதிரத்தைத் தருகிறேன்' என்று குறிப்பிடுகிறார் என்று கணக்கப்பிள்ளை தெரிந்து கொண்டார். நிலங்கள் அதிக

வளப்பமுள்ளவை என்று சொல்லப் புகுந்த பிறகு எப்படி மாற்றுவது?

ஒரு கணந்தான் கணக்கப்பிள்ளை சிந்தித்தார். அவருக்குத் தந்திரம் உதயமாகிவிட்டது. வழக்கமாக வழங்கும் பழமொழியைச் சொன்னார்.

"ஆயிரம் வேலி அதம்பார்
ஆனை கட்டும் தாள்
வானம் முட்டும் போர்"

என்று அந்தப் பழமொழி முழுவதையும் சொன்னார். முன்னே அமர்ந்திருந்த செல்வருக்குக் கண்கள் சிவந்தன. ஆனால் கணக்கப் பிள்ளை அதனோடு நிற்க வில்லை. மேலேயும் அந்தப் பழமொழியோடு புதுமொழியைச் சேர்த்துச் சொல்லத் தொடங்கினார்.

"நிலம் என்னவோ வளம் பொருந்தியதுதான். ஆனால், அந்த விளைச்சலால் உண்டாகும் பயன்தான் சரியாகக் கிடைப்பதில்லை" என்று காட்டும் புதுமொழியைச் சேர்த்தார்.

"ஆயிரம் வேலி அதம்பார்.
ஆனை கட்டும் தாள்.
வான முட்டும் போர்;
ஆறு கொண்டது பாதி
தூறு கொண்டது பாதி;
கொட்டாங்கச்சியில் நெல்லு,
குடங்கையிலே வைக்கோல்,"

ஆயிரம் வேலிதான். ஆனை கட்டும் தாள்; போர் போட்டால் வானத்தை முட்டும். ஆனால் இப்போது என்ன கிடைக்கிறது தெரியுமா? ஆற்றால் அரிப்புண்டு நிலம் வீணாகிறது. தூறுகள் அடர்ந்து வீணாகும் நிலம் வேறு. இவை போக மிஞ்சுகிறது கொட்டாங்கச்சியில் நெல். வைக்கோல் ஒரு பிடித்த பிடி; உள்ளங்கையில் யற்றிப் பிடிக்கும் அளவுக்குத்தான் இருக்கிறது. (குடங்கை - உள்ளங்கை.)

செல்வரே அயர்ந்து போனார். 'பயல் என்ன இருந் தாலும் கெட்டிக்காரன்!? என்று மனத்துக்குள் வியந்து கொண்டார்.

அதிகாரி ஊரை விட்டுப் புறப்பட்டார். அவரை எல்லோரும் உபசாரத்துடன் வழியனுப்பினார்கள். அவர் போன பிறகு கணக்கப்பிள்ளை கிடைக்க வேண்டிய பரிசைப் பெறலாமென்று, மோதிரத்தைக் காட்டிய செல்வரிடம் போனார்.

செல்வர் தம் வீட்டு வாசல் திண்ணையில் உட்கார்ந்து கொண்டிருந்தார். கணக்கப்பிள்ளை கும்பிடு போட்டார்.

"அப்படி உட்காரும்" என்றார் செல்வர். கணக்கப்பிள்ளை உட்கார்ந்தார்.

"எங்கே காலை நேரத்தில் வந்தீர்? அதிகாரி ஒன்றும் வேலை வைத்துவிட்டுப் போகவில்லையா?"

"ஊர்ப்பட்ட வேலையை வைத்திருக்கிறான். இப் போதே இவ்வளவு வேலை இருக்கிறதே; இன்னும் நான்

உள்ளவை உள்ளபடியே சொல்லியிருந்தால் எத்தனை வேலை செய்ய வேண்டியிருக்குமோ!"

"எத்தனை வேலையிருந்தால் உமக்கு என்ன? நீர் மனம் வைத்தால் எல்லாம் முடித்து விடுகிறீர்."

"ஆமாம். அன்று நீங்கள் குறிப்புக் காட்டவே ஒரு கணத்தில் மாற்றித் கொள்ளவில்லையா ? எல்லாம் புத்தி யிருந்தால் சாதித்து விடலாம்."

" நல்ல வேளை: என் குறிப்பை உணர்ந்து கொண்டீரே!"

"நீங்கள் குறிப்புக் காட்டுவது, நான் அதைக் கவனிக்காமல் போகிறதாவது. அதை நினைப்பூட்டத் தான் இப்போது வந்தேன்."

“எதை?”

"மோதிரம் தருவதாகக் குறிப்பித்தீர்களே, அதைத்தான்."

"நான் மோதிரம் தருவதாகத் தெரிவித்தேனோ? என்ன ஐயா உளறுகிறீர்?"

"என்ன அப்படிச் சொல்லுகிறீர்கள்? ஆயிரம் வேலி என்று ஆரம்பிக்கிற போதே நீங்கள் கைமோதிரத்தைக் காட்டினீர்கள். அதையே நீங்கள் எனக்குப் பரிசாக அளிக்கிறதாகச் சாடை காட்டினீர்களே! அதனாலல்லவா நான் சாமர்த்தியமாகப் பேச்சை மாற்றினேன்?"

"ஓகோ! அப்படியா சமாசாரம்? நான் என்ன அர்த்தத்தோடு கையைக் காட்டினேன் என்பதைத் தெரிந்து கொண்டு, நீர் சரியாக நடந்துகொண்டீர் என்றல்லவா நான் நினைத்தேன்?""

"நீங்கள் சொல்லுவது எனக்கு விளங்கவில்லையே!"

"இனிமேல் விளங்கினால் என்ன, விளங்காவிட் டால் என்ன? நீர் வேறு விதமாகச் சொல்லியிருந்தால் அப்போது விளங்கும்படி செய்திருப்பேன். 'சாக்கிரதை யாகப் பேசும்; இல்லாவிட்டால் உம் தலையில் உழக்கு ரத்தம் வருவிப்பேன்' என்றல்லவா நான் கைச் சாடை காட்டினேன்? உமக்கு மோதிரந்தான் தெரிந்ததோ? குட்டுப்பட்டாலும் மோதிரக் கையில் குட்டுப்பட வேண்டும் என்று நினைக்காமற் போனீரே.-பிரமாத காரியம் பண்ணிவிட்டாராம்!'- இவருக்கு மோதிரப் பரிசு வேண்டுமாம். இதற்கு எங்கேயாவது போய்க் கொள்ளை யடிக்கலாமே!"

அந்தப் பணக்காரருக்குக் கோபம் ஏறிக்கொண்டே வந்ததை உணர்ந்தார் கணக்கப்பிள்ளை, "சரி, நான் போய் வருகிறேன்" என்று விடை பெற்றுக்கொண்டு, பெற்றேன் பிழைத்தேன் என்று புறப்பட்டு விட்டார்.

(இந்த வரலாற்றை எனக்குச் சொன்னவர் கே.சி. நடராஜன்.)-

புதுத் தாலி

சிவகங்கையில் மருத பாண்டியர் ஆட்சி புரிந்து கொண்டிருந்த காலம். குன்றக்குடிக் குமரனுக்கு அடிமைப்பட்ட அக்குறுநில மன்னர் அத் தலத்தில் பல வகையான திருப்பணிகளைச் செய்தார். அவருடன் இருந்த நண்பர்களும் முருகனிடம் மாறாத அன்பு பூண்டவர்கள். அடிக்கடி மருத பாண்டியர் அவர்களுடன் குன்றக்குடி சென்று முருகப் பெருமானைத் தரிசித்துக் கொண்டு வருவார்.

அவருக்குத் தமிழ்ப் புலவர்களிடத்தில் மிக்க அன்பு உண்டு. சர்க்கரைப் புலவருடைய வம்சத்தில் உதித்த குழந்தைக் கவிராயர் என்பவர் அவருடைய அவைக் களப் புலவராகவும் தோழராகவும் விளங்கினார். குன்றக்குடிக்கு மயூரகிரி என்று ஒரு பெயர் உண்டு. அந்தத் தலத்தைப் பற்றி ஒரு கோவை இயற்றி அரங்கேற்றினார் அக் கவிராயர், மயூரகிரிக் கோவை என்பது அந்த நூலின் பெயர்.

மருத பாண்டியருடைய அவைக் களத்தில் வீரர்களும் புலவர்களும் குழுமியிருப்பார்கள். அடிக்கடி வேறு நாடுகளிலிருந்து தமிழ்ப் புலவர்கள் வந்து அவரோடு அளவளாவுவார்கள்.அப்புலவர்களுடைய கவிச்சிறப்பை அறிந்து பாராட்டிப் பரிசு வழங்குவார் மருத பாண்டியர்.

ஒருநாள் புலவர் ஒருவர் தம் மனைவியுடன் புறப்பட்டுக் குன்றக்குடிக்குச் சென்றார். முருகப் பெருமானைத் தரிசித்து இன்புற்றார். புதிய திருப்பணிகள் பல அங்கே நடந்திருப்பதையும், பின்னும் நடந்து

கொண்டிருப்பதையும் கண்டார். எல்லாம் மருத பாண்டியருடைய அறச் செயல்கள் என்பதைக் கேட்டார். இதற்கு முன்னும் அவருடைய புகழை ஓரளவு கேட்டு உணர்ந்திருந்தாலும், இப்போது அவருடைய இயல்புகளைப் பற்றி நன்றாகத் தெரிந்துகொண்டார். அவர் புலவர்களுக்கு மதிப்பளிப்பவர் என்பதை அறிந்தபோது புலவருக்கு ஒரு விருப்பம் எழுந்தது. 'இவ்வளவு தூரம் வந்துவிட்டோம். இப்படியே சிவகங்கைக்கும் போய் அந்த வள்ளலைப் பார்த்துவிட்டு வரலாம்' என்று எண்ணினார். அந்த ஊருக்குப் போகும் வழியை விசாரித்து வைத்துக்கொண்டார். சிவகங்கையிலிருந்து குன்றக்குடிக்கு அடிக்கடி வண்டிகள் வரும். மருத பாண்டியர் சில சமயங்களில் குதிரையில் ஏறி வருவார். அவ்வாறு வரும் வழி ஒன்று இருந்தது.

இவற்றையெல்லாம் அறிந்துகொண்ட புலவர் தம் மனைவியுடன் சிவகங்கையை நோக்கிப் புறப்பட்டார். இடையிலே சில ஊர்களில் தங்கிச் சென்றார். கடைசியில் சிவகங்கைக்கு அருகில் உள்ள ஓர் ஊரை அடைந்தார். அங்கே பகலில் உணவு கொண்டு இளைப்பாறினார். அன்றே சிவகங்கைக்குப் போய்விட வேண்டும் என்னும் ஆவல் அவருக்கு எழுந்தது. மெல்ல நடந்து போய்விடலாம் என்று நினைத்தார். அவர் தனியே இருந்தால் யோசனை செய்யாமல் புறப்பட்டிருப்பார். தம்முடன் தம் மனைவியையும் அழைத்துச் செல்வதனால் சிறிதே தயங்கினார்.

அப்போது நிலாக் காலம். ஒருகால் சூரியன் மறைந்தாலும் நிலா ஒளியில் வழிகண்டு, போய்விடலாம் என்ற தைரியம் அவருக்கு இருந்தது. 'வழியில் யாரேனும்

திருடரால் பயம் உண்டானால் என்ன செய்வது?' என்ற அச்சம் அவர் மனைவிக்கு வந்தது.

மருதபாண்டியர். பெருவீரர் என்றும், பொல்லாதவர்கள் அவருக்கு அஞ்சி நடுங்குவார்கள் என்றும் புலவர் கேள்வியுற்றிருந்தார். ஆதலின் அப்படி ஒன்றும் நேராது என்று தம் மனைவிக்குகச் சமாதானம் கூறினார். ஒரு வழியாகத் துணிந்து இருவரும் சிவகங்கையை நோக்கிப் புறப்பட்டு விட்டார்கள்.

தொடர்ந்து ஒவ்வொரு நாளும் நடந்து வந்தவர்க தலின் வேகமாக நடக்க முடியவில்லை. அன்றியும் மெல்லியலாகிய புலவர் மனைவி மெல்லவே நடந்தாள். சற்று விரைவாக நடந்திருந்தால் சூரியன் மலைவாயில் விழுந்த சிறிது நேரத்துக்குள் சிவகங்கையை அடைந் திருக்கலாம். அவர்களால் அப்படிச் செய்ய இயலவில்லை.

முக்காற் பங்கு வழி கடந்தபோது கதிரவன் மறைந்தான். நிலாப் புறப்பட்டது. அவர்கள் நடந்துகொண் டிருந்தார்கள். உடன் யாரேனும் துணையாக வந்திருந்தால் அவர்கள் ஊக்கத்தோடு நடப்பார்கள். முன் பழக்கம் இல்லாத இடத்தில் இரவில் துணையின்றி நடந்தமையின் இருவருக்கும் மனத்துக்குள் அச்சம் உண்டாயிற்று. அப்போது ஆளரவம் கேட்டது. "முருகா,எங்களுக்குத் துணையாக யாரேனும் வந்தால் நல்லது" என்று புலவர் வேண்டிக்கொண்டார். யாரோ இரண்டு மூன்று பேர்கள் வந்தார்கள். "யார் அது?" என்று கடுமையான குரலில் கேட்டார்கள். அந்தக் குரலே அவர்கள் பொல்லாதவர்கள் என்பதைப் புலப்படுத்தியது.

புலவர் மனைவி அவரோடு ஒட்டிக்கொண்டாள். அவர், "நான் புலவன்; மருத பாண்டியரைப் பார்க்கப் போகிறேன்" என்றார்.

"புலவனா? அப்படியானால் உன்னிடம் பரிசுப் பொருள் இருக்குமே; அவற்றை எடுத்து வை" என்று மிரட்டினார்கள்.

"நான் குன்றக்குடியில் முருகனைத் தரிசனம் செய்து கொண்டு வெறுங்கையோடு வருகிறேன். மருத பாண்டியாரிடம் போனால் ஏதாவது கிடைக்கும் என்று அவரை நோக்கிப் போகிறேன்."

"இந்தப் பெண் பிள்ளையிடம் ஏதாவது இருக் கிறதா?" என்று திருடர்கள் புலவர் மனைவியைச் சுட்டிக் காட்டிக் கேட்டார்கள்.

"இவளிடம் ஒன்றும் இல்லை."

"ஏதாவது நகை இருந்தால் கழற்றி வைக்கச் சொல்,"

"நகையா? நாங்கள் ஏழைகள்: எங்களிடம் ஏது நகை?"

அதற்குள் ஒருவன், "மயிலே, மயிலே இறகு போடு என்றால் போடுமா?" என்று கூறிப் புலவரை அடிக்கக் கை ஓங்கினான்.

அதுகண்ட புலவர் மனைவி, "அண்ணே, அண்ணே, இவரை ஒன்றும் செய்யாதீர்கள். உண்மையில்

எங்களிடம் ஒன்றும் இல்லை. முருகன்மேல் ஆணையாகச் சொல்கிறேன். என்னிடம் இந்தத் தாலி ஒன்றைத் தவிர வேறு ஒன்றும் இல்லை" என்று சொல்லித் தாலிக் கயிற்றை எடுத்துக் காட்டினாள்.

அப்போது ஏதோ விலங்கு அருகிலே ஓடியதால் அரவம் கேட்டது. யாரோ வருகிறார் என்ற எண்ணத்தால் திருடர்கள் சட்டென்று அந்தத் தாலிக்கயிற்றை வெடுக்கென்று அறுத்துக்கொண்டு ஓடிவிட்டார்கள்.

"அட பாவிகளா!'' என் று கதறிக்கொண்டு அப்படியே உட்கார்ந்துவிட்டாள் அந்தப் பெண்மணி. புலவருக்குச் சிறிது நேரம் ஒன்றும் தோன்றவில்லை. பிறகு மெல்லத் தம் மனைவியைத் தூக்கி நிற்கச் செய்தார்.

"இந்த அக்கிரமம் எங்காவது நடக்குமா?" என்று புலம்பினாள் அவள். "அந்தக் குன்றக்குடி முருகன் கண் இல்லாமல் போய்விட்டானா?" என்று கூவினாள்.

புலவர் அவளுக்கு ஆறுதல் கூறினார். "நல்ல வேளை! நம்முடைய உயிருக்கு ஆபத்து நேராமல் இருந்ததே; அதுவே ஆண்டவன் திருவருள்தான்" என்று சொல்லித் தேற்றினார். "இந்த நடுவழியில் நின்று கொண்டு இனி என் செய்வது? திரும்பிப் போகவும் இடம் இல்லை. வந்தது வந்துவிட்டோம். பல்லைக் கடித்துக்கொண்டு சிவகங்கைக்கே போய்விடுவோம்" என்றார்.

அவர்கள் மறுபடியும் நடக்கத் தொடங்கினார்கள். நள்ளிரவில் சிவகங்கையை அடைந்து அங்கே ஒரு வீட்டின் திண்ணையில் தங்கினார்கள். இரவு முழுவதும்

தூங்கவே இல்லை. புலவருடைய மனைவி அழுது கொண்டே இருந்தாள்.

விடிந்தது. தன்னுடைய கணவன் அருகில் இருக்கும்போதே தாலியை இழந்த வேதனையைச் சகிக்க முடியாமல் புலவர் மனைவி திண்ணையோரத்தில் ஒன்றிக்கொண்டிருந்தாள். புலவர் மெல்ல அவளை எழுப்பி அங்கே உள்ள சத்திரம் ஒன்றை அடைந் தார். அவளை அங்கே இருக்கச் செய்துவிட்டுப் பாண்டியரைப் பார்த்துவரப் புறப்பட்டார்.

வேறு சமயமாக இருந்தால் அவர் மருத பாண்டியரைப் பற்றிப் பல பாடல்களைப் பாடிக்கொண்டு போயி ருப்பார்; ஒரு பிரபந்தமே எழுதிக்கொண்டு போயிருப்பார். இப்போது அவ்வாறு செய்ய அவர் மனநிலை இடம் கொடுக்கவில்லை. இரவில் தமக்கு நேர்ந்த துன்பத்தை நினைத்தபோது அவருக்கு ஆத்திரம் ஆத்திரமாக வந்தது. அந்த அக்கிரமத்தை முறையிட்டுக் கொள்ளவேண்டும் என்ற ஒரே எண்ணந்தான் முந்தியது.

நேரே அரண்மனையை அடைந்தார். நல்ல வேளை யாக மருதபாண்டியர் வெளியூருக்குப் போகவில்லை. தாம் புலவரென்றும், மருத பாண்டியரை மிக அவசரமாகப் பார்க்க வேண்டுமென்றும் சொல்லியனுப்பினார். வரலாம் என்ற செய்தி கிடைத்தவுடன் உள்ளே போய் மருதபாண்டியர் முன் நின்றார். அவர், "நீங்கள் யார்? எந்த ஊரிலிருந்து வருகிறீர்கள்?" என்று கேட்டார்.

புலவர் பேசவில்லை. அவர் மனத்தில் உருவாக்கி வைத்திருந்த ஒரு பாடலைச் சொன்னார். முதல் நாள் நிகழ்ச்சியைத் தெரிவிக்கும் பாடல் அது.

*மருவிருக்கும் கூந்தல் மடவார் கணவன் அருகிருக்கத்
தாலி அறுமா?- இரவினுக்குன் செங்கோல்செல்லாதா?
இத் தேசம் திருடருக்குப் பங்கா? மருதபூ பா!*

[மரு - மணம், மடவார்-பெண்.)

இந்தப் பாட்டைப் புலவர் சொல்லும்போது முதலில் ஆத்திரத்தோடுதான் தொடங்கினார்; ஆனால் அவர் என்ன அடக்கினாலும் அடங்காமல் அழுகையும் உடன் வந்துவிட்டது.

பாட்டைக் கேட்ட பாண்டியருக்குத் தூக்கிவாரிப் போட்டது. "உட்காருங்கள், புலவரே! என்ன நடந்தது? விளக்கமாகச் சொல்லுங்கள்" என்றார். ஏதோ கற்பனைப் பாட்டு அது என்ற எண்ணம் அவருக்கு உண்டாக வில்லை. புலவரிடம் பீரிட்ட துயரமும் அவருடைய மெய்ப்பாடுகளும் உண்மையை ஊகிப்பதற்கு உதவியாக இருந்தன.

புலவர் அப்படியே தொப்பென்று ஓர் ஆசனத்தில் விழுந்தார். அருகில் நின்றவர்கள் அவரைப் போய்ப் பற்றிக்கொண்டார்கள். மருதபாண்டியரே தம் இருக்கையை விட்டு எழுந்து வந்து புலவரைத் தடவிக் கொடுத்தார். "நீங்கள் வருந்த வேண்டாம். நடந்ததென்று சொல்லுங்கள். உங்கள் குறையை முதலில் தீர்த்துவிட்டு மறு காரியம் பார்க்கிறேன்" என்றார்.

புலவர் மெல்லத் தம் நிலைக்கு வந்தார். இடை யிடையே துயரம் தடுத்தாலும் தட்டுத் தடுமாறி நடந்தததைச் சொன்னார். "துரையவர்கள் வீரம் மிக்கவர்கள் என்றும்,

இந்த நாட்டில் கட்டுக்காவல் அதிகமென்றும், பொல்லாதவர்கள் வாலாட்ட மாட்டார்கள் என்றும் கேள்விப்பட்டேன். அந்தத் துணிவினால்தான் புறப்பட்டேன். என்னைத் திருடர்கள் அடித்திருந்தாலும் கவலைப்படமாட்டேன். ஒரு பெண்மணி தன் மங்கலி யத்தை இழப்பதென்றால்-"

"புலவரே, நடந்தது நடந்துவிட்டது, அந்தப் பாவச் செயலுக்கு நானும் ஒரு வகையில் பொறுப்பாளி தான். உங்கள் மனைவி எங்கே இருக்கிறாள்? அந்த அம்மாளை உடனே அரண்மனைக்கு அழைத்து வாருங்கள். பிறகு மற்றக் காரியங்களைப் பார்த்துக்கொள்ளலாம்" என்றார் மருத பாண்டியர்.

அதிகாரி ஒருவருடன் வண்டியில் புலவர் தாம் தங்கியிருந்த சத்திரத்துக்குச் சென்றார். தம் மனைவிக்கு ஆறுதல் சொல்லி அழைத்துக்கொண்டு அரண்மனைக்கு வந்தார்.

அதற்குள் அறிவிற் சிறந்த மருத பாண்டியர் அவ்வூரில் இருந்த பொன் வாணிகர் வீடுகளுக்கெல்லாம் ஆட்களை அனுப்பினார். யாரிடத்தில் புதுத்தாலி இருந்தாலும் உடனே வாங்கிவர வேண்டும் என்று கட்டளையிட்டனுப்பினார். ஒன்றுக்கு இரண்டாகத் தாலிகள் வந்தன.

புலவரும் அவர் மனைவியும் நீராடினார்கள். பூ, பழம், புதுப் புடைவை, புது வேட்டி, திருமங்கலியம் ஆகியவற்றை வைத்து, 'புலவரே, என் நாட்டில் நடந்த அக்கிரமத்தைக் கேட்டு நான் அடைந்த வருத்தம் பெரி து. ஆனால் அந்த அக்கிரமத்தினால் ஒரு நன்மை

உண்டாயிற்று. இரண்டாம் முறை உம்முடைய திருக்கையால் இந்த மங்கலியத்தைக் கட்டுங்கள். உங்கள் திருமணம் நடந்தது எங்களுக்குத் தெரியாது. இப்போது அந்தக் காட்சியைக் கண்டு களிக்கிறேன்'' என்று கூறித் தாம்பாளத்தை நீட்டினார்.

புலவர் மனைவி புதுப்புடைவை அணிந்து புது மங்க லியத்தை அணிந்தாள். புலவரும் புத்தாடை புனைந்து புது மாப்பிள்ளையாக விளங்கினார். அன்று விருந்துணவுண்டு களித்தனர் இருவரும். புலவர் மனைவிக்கு வேறு அணிகலன்களும் வழங்கினார் சிவகங்கைத் தலைவர்.

சிலநாட்கள் புலவரும் அவர் மனைவியும் அரண்மனை விருந்தினர்களாகவே இருந்தார்கள். அதற்குள் மருத பாண்டியர் தக்க ஆட்களின் மூலம் திருடர்களைக் கண்டு பிடித்துத் தண்டித்தார்.

மருத பாண்டியர் புகழைப் பாட்டால் உரைத்தார் புலவர். பிறகு பல்வகைப் பரிசில்கள் பெற்று விடை கொண்டார்.

"இனிமேல் நீங்கள் வருவதை ஆள்மூலம் தெரிவியுங்கள். நாம் வண்டி அனுப்புவோம். வழி நடந்து துன்புற வேண்டாம்" என்று கூறிப் புன்னகை பூத்தார் பாண்டியர். புதிய அலங்காரங்களோடு உவகையில் மிதந்த தம் மனைவி தம்மைத் தொடர்ந்து வரப் புலவர் புது மாப்பிள்ளையைப் போலப் புறப்பட்டார்.

"இந்த இடம் மனத்துக்கும் உடம்புக்கும் இன்பம் தருவதாக இருக்கிறது. குற்றால மலையின் அழகைச் சொல்வதா? அங்கிருந்து எப்போதும் சலசலவென்று வீழ்ந்து கொண்டிருக்கும் அருவியைச் சொல்வதா? இங்கே எழுந்தருளியிருக்கும் திருக்குற்றாலநாதரின் திருக்கோயில் அழகைச் சொல்வதா? இங்கே வீசும் காற்றுக்கு ஒரு பெருமை; இங்கே ஓடும் தண்ணீருக்கு ஒரு சிறப்பு."

ஒரு பெண்மணி இப்படிப் பேசினாள். அவளுடன் நடந்து கொண்டிருந்த மற்றொரு பெண்மணி, "ஆம், ஆம்' என்று அவள் பேச்சுக்கு ஊக்கம் ஊட்டி வந்தாள்.

சுற்றிலும் என்ன அழகான சோலை! மனிதனுடைய முயற்சி இல்லாமல் இயற்கையிலே இவ்வளவு அழகை இங்கே இறைவன் கொட்டிக் குவித்திருக்கிறான். அவனுடைய பெருங் கருணையையும் பேராற் றலையும் என்னவென்று சொல்வது! இந்தச் சூழ்நிலையிலேயே தெய்வத்தன்மை மணக்கிறது; கண்ட கண்கள் குளிர்கின்றன ; இந்தக் காற்றுப் பட்டு உடம்பு குளிர்கிறது; அருவியின் ஓசை கேட்டுக்காது குளிர்கிறது: பழமும் மலரும் நாவையும் நாசியையும் இன்புறுத்துகின்றன. எல்லாவற்றுக்கும் மேலாகத் திருக்குற்றால நாதருடைய தரிசனம் உள்ளத்தையே குளிர்விக்கிறது" என்று அந்தப் பெண்மணி பேசிக் கொண்டே சென்றாள்.

சிலுசிலுவென்று சாரல் வீசிக் கொண்டிருந்தது. பன்னீர் தெளிப்பதுபோல இருந்தது அது. இறைவன் திருக்கோயிலை வலம் செய்து கொண்டிருந்தார்கள் அந்த இரண்டு பெண்மணிகளும். உள்ளே கோயிலுக்குச் சென்று குற்றால நாதரையும் குழல்வாய்மொழி யம்மையையும் வணங்கிவிட்டு இப்போது வெளிப் பிராகாரத்தை வலம் வந்து கொண்டிருந்தார்கள். பேசிக்கொண்டு வத்த பெண்மணி உடம்பு முழுவதும் பொன்னும் மணியும் புனைந்திருந்தாள். வளப்பமான தோற்றம். பார்த்த அளவிலே செல்வம் நிறைந்த குடியைச் சார்ந்த பெண்மணி என்று தோற்றும். அவளுடன் வந்த நங்கை சற்றே இளையவள். முகத் தோற்றத்தைப் பார்த்தால் இருவரும் சகோதரிகள் என்று சொல்ல இயலாது. இவர்கள் யார்?

திருநெல்வேலிச் சீமையில் பழைய காலத்தில் பல பாளையப்பட்டுகள் இருந்தன. இப்போது சொக்கம்பட்டி என்ற பெயரோடு வழங்கும் இடம் முன்பு ஒரு சமீனுக்கு இருப்பிடமாக இருந்தது. வடகரையாதிக்கம் என்ற பெயரால் அதை வழங்கி வந்தனர். அந்தச் சமீனில் இருந்து ஆட்சி நடத்தியவர்களில் சின்னணைஞ்சாத்தேவர் என்பவர் மிக்க புகழ் பெற்றவர். அவரைப் பாராட்டிப் புலவர்கள் பாடிய பிரபந்தங்கள் பல உண்டு. அந்தக் குடியில் வந்தவர்கள் திருக்குற்றாலநாதர் கோயிலில் பல திருப்பணிகளைச் செய்திருக்கிறார்கள். திருக்குற்றால நாதரிடம் பேரன்பு பூண்டு அடிக்கடி வந்து தரிசனம் செய்து போவார்கள். அந்த மரபில் சின்னணைஞ்சாத்தேவருக்கு முன் இருந்த சமீன்தார் ஒருவரின் மனைவியும் அவருடைய தங்கையுமே மேலே சொன்னபடி திருக்கோயிலை வலம் வந்து கொண்டிருந்தார்கள். இருவரும் மனம் கலந்து

பழகுகிறவர்களாதலின் மகிழ்ச்சியோடு உரையாடிக் கொண்டே திருக்கோயில் பிராகாரத்தில் வலமாக நடந்து கொண்டிருந்தார்கள்.

சமீன்தாரிணி புரளப் புரள ஆடை உடுத்துக் கொண்டிருந்தாள். சரிகை மினுமினுக்கும் பட்டாடை அவள் உடம்பில் தகதகத்தது. அவளுடைய நாத்தியின் மேனியில் சற்றே மெல்லிய ஆடை வண்ணமும் சித்திர வேலைப்பாடும் உடையதாக விளங்கியது.

அக்காலத்தில் அவர்கள் சென்று கொண்டிருந்த பிராகாரம் தளவரிசை இல்லாமல் தரையாகவே இருந்தது. சாரல் இடைவிடாமல் வீசியமையால் அது ஈரமாகியிருந்தது. அந்த ஈரத்தில்தான் இரண்டு பெண்மணிகளும் நடந்து கொண்டிருந்தார்கள்.

பேச்சிலே மனம் ஈடுபட்டபடி வலம் வந்த அவர் களில் இளையவள் சமீன்தாரிணியைப் பார்த்து, "என்ன அண்ணி, இது? உன் புடைவையெல்லாம் மண்ணாகிவிட்டதே!" என்றாள். தழையத் தழைய உடுத் திருந்த சீலையின் விளிம்பு பிராகாரத்தில் உள்ள மண் பட்டு அழுக்கேறி யிருந்தது.

சமீன்தாரிணி தன் சீலையைப் பார்த்தாள்; "ஆமாம்; இவ்வளவு மண் ஆகிவிட்டதே!" என்றாள்.

"நீ உன் நிலைக்கு ஏற்றபடி புடைவையைப் புரளப் புரள விட்டு நடக்கிறாய். எந்த இடத்தில் நடக்கிறோம் என்ற நினைவே உனக்கு இல்லை.'

'சரி, என்ன பண்ணுவது? சீலை அழுக்காகுமென்று அஞ்சித் திருக்கோயிலை வலம் செய்யாமல் இருக்க முடியுமா? கால் தெரியும்படி சீலையைக் கையால் பிடித்துக்கொண்டு போவதற்கும் நாணமாக இருக்கிறது."

'மீசைக்கும் ஆசை, கூழுக்கும் ஆசையென்றால் முடியுமா? சீலை மண்ணாகாமல் இருக்க வேண்டுமானால் நாகரிகத்தையோ நம் நிலையையோ நாணத்தையோ பார்க்கக்கூடாது. எல்லோருமே உன்னைப்போலப் புரளப் புரளத்தான் சீலை உடுத்துகிறார்களோ?"

"எல்லோருமே சமீன்தார் மனைவிகள் ஆவார் களா?"

"அப்படியானால் நீ இங்கே நடக்கக்கூடாது." சமீன்தாரிணி சற்றே உறுத்து அந்த இளம் பெண்ணைப் பார்த்தாள். "என்ன பைத்தியக்காரப் பேச்சுப் பேசுகிறாய்? கோயிலுக்கே வரக்கூடாது என்று கூடச் சொல்வாய் போலிருக்கிறதே ! ஆடை அழுக்கானால் துவைத்துக் கொள்ளலாம்; அழுக்கைப் போக்கி விடலாம். இதை ஒரு பெரிய காரியமாக எண்ணிக் கொண்டு இறைவன் கோயிலை வலம் செய்யாமல் இருப்பதா?" என்றாள்.

அதெல்லாம் சரிதான்; நாம் நம் ஊருக்குப் போகு மட்டும் இந்த அழுக்காடையைக் கட்டிக்கொண்டுதானே இருக்கவேண்டும்? மாற்றுடை ஒன்றும் கொண்டு வரவில்லையே! சற்றே நம்முடைய உயர்ந்த நிலையை நினைந்து, சீலையில் அழுக்குப்படாமல் காப்பாற்றிக் கொண்டிருக்கலாமே!"

"இந்த எண்ணம் எனக்குத் தோன்றவே இல்லை. எங்கேயாவது. இப்படி நடந்திருந்தால்தானே பழக்கம் இருக்கும்? அப்படி நடந்தாலும் கையால் சிலையைக் கால் தெரியும்படி பற்றிக்கொண்டு நடக்க மனம் துணியாது.'".

"சரி சரி; நீ சொன்னதையே சொல்லிக் கொண்டிருக்கிறாய். ஆடையைத் தழையத் தழைய உடுத்துக் கொள்ளவும் வேண்டும், அழுக்கும் படக்கூடாதென்றால் ஒரு காரியம் செய்தால் நல்லது. இந்த ஒரு சீலைக்காக அப்படி யார் செய்வார்கள்?"

சமீன்தாரிணி தன் நாத்தியைப் பார்த்தாள், அவள் கண்ணில் கேள்விக் குறி படர்ந்தது.

"ஆம்; அப்படிச் செய்தால் உன் விருப்பப்படி நடக்கலாம்" என்று சற்றே பரிகாசம் தொனிக்கும்படி சொல்லிச் சிரித்தாள் இளம் பெண். அவள் ஏதோ பரிகாசமாகப் பேசுகிறாள் என்பதை உணர்ந்துகொண்டாள் சமீன்தாரிணி.

"நீ என்னவோ குறும்பாகப் பேசுகிறாய். என்ன செய்ய வேண்டுமென்று சொல்கிறாய்?"

'ஓர் அரசன் வெயிலில் வெளியே புறப்பட்டான். வெயில் கடுமையாக இருந்தது. அவனுக்குக் கோபம் வந்து விட்டது. இந்த வானம் முழுதும் மறையும்படி பந்தல் போடச் சொல் என்று உத்தர விட்டானாம். அப்படி நீ ஓர் உத்தரவிட்டால் உன் சங்கடம் தீரும்."

"உன் உவமானம் இருக்கட்டும். அந்த அரசனைப் போல முட்டாள்தனமான செயல் ஒன்று நான் செய்ய வேண்டும் என்கிறாய். அது இன்னதென்று சொல், பார்க்கலாம். உன்னுடைய கற்பனை வளத்தை நானும் அறிந்து மகிழ்ச்சி பெறுகிறேன்."

"உனக்கு ஏன் இவ்வளவு கோபம் வருகிறது? நீ நடக்கிற இடமெல்லாம் அழுக்கும் மண்ணும் இராமல் இருக்க வேண்டும் என்று அண்ணாவிடம் சொல்லி ஓர் உத்தரவு போட்டு விடு. அப்போது உன் ஆடை அழுக்காகாமல் இருக்கும். அதாவது நீ மண்ணிலேயே நடக்கக் கூடாது. நீ போகும் இடம் முழுவதும் கல்லினால் தளம் போட்டு விட வேண்டும். அப்படியானால் உன் நாகரிகம் கலையாது. ஆடை புரண்டு புரண்டு பள பளக்கும்'

இன்னும் அந்தப் பெண் குறும்புப் பேச்சை விட வில்லை. ஆனால் இப்போது அவளுடைய அண்ணி ஏதோ யோசனையில் ஆழ்ந்தாள். அவள் முகத்தில் இப்போது கோபக் குறிப்பு இல்லை. எதையோ மிகவும் ஆழ்ந்து சிந்திக்கிறாள் என்று தோன்றியது. முகத்தில் திடீரென்று ஒளி ரேகை படர்ந்தது. அவள் கடை வாயில் புன்முறுவல் இழை யோடிற்று. சட்டென்று தன் நாத்தியின் முதுகைத் தட்டினாள். "ஆ ஆ! உன் குறும்புப் பேச்சிலும் எனக்கு ஓர் உபதேசம் கிடைத்தது. ஓர் அற்புதமான யோசனையை வெளியிட்டதற்காக நான் உன்னைப் பாராட்ட வேண்டும்.

இதை அவள் உண்மையில் மகிழ்ச்சிக் கொந்தளிப் போடுதான் கூறினாள். 'இவள் என்ன எண்ணி இப்படிப் பாராட்டுகிறாள்?' - இளையவளுக்கு அது விளங்க வில்லை.

"என்ன அண்ணி சொல்லுகிறாய்? திடீரென்று உன் கோபம் மாறி விட்டதே!" என்று கேட்டாள் அவள்.

'நீ இன்று முத்து முத்தாகப் பேசினாய். அதன் பயனை இதோ பார்க்கப் போகிறாய்" என்று கூறி வேகமாக நடை போட்டாள் சமீன்தாரிணி.

"என்ன அண்ணி, என்னை மிரட்டுகிறாயா?"

"அடி பேதைப் பெண்ணே, நீ பேசின பேச்சின் அருமை உனக்கே தெரியவில்லை. நான் நடக்கும் இட மெல்லாம் கல் பாவ வேண்டுமென்று சொன்னாயே; அதைத் தான் சொல்கிறேன்.

'பரிகாசமாக அல்லவா அதைச் சொன்னேன்?"

அது பரிகாசம் அன்று; உபதேசம். என்னுடன் வா; நடப்பதைக் கவனி. பிறகு எல்லாம் தெரியும்."
வேகமாக இருவரும் நடந்தார்கள். மீட்டும் இறைவன் சந்நிதியை அடைந்தார்கள். சமீன்தாரிணி தன் கையில் வைத்திருந்த சிறிய துண்டை அங்கே விரித் தாள். தன் கை வளையைக் கழற்றி அதில் வைத்தாள். பிறகு காலில் இருந்த அணியைக் கழற்றி வைத்தாள்.

அவள் நாத்திக்கு ஒன்றுமே விளங்கவில்லை; "என்ன அண்ணி இது? ஏன் இப்படிச் செய்கிறாய்?" என்று கேட்டாள்.

"பேசாமல் இரு ; திரிகூடாசலபதியின் திருக் கோயிற் பிராகாரம் முழுவதும் கல்லால் தள வரிசை போட வேண்டும். இந்த யோசனையை அந்தப் பெருமான் உன் வாயிலாக அறிவுறுத்தினான்."

இப்படிச் சொல்லிக் கொண்டு அந்தப் பெண்மணி மூக்குத்தியைக் கழற்றினாள்; காதணியை எடுத்து வைத்தாள். திருமங்கலியத்தைத் தவிர மற்ற அணிகலன்கள் அனைத்தையும் கழற்றி வைத்து விட்டு, கோயிலில் இருந்த தர்மகர்த்தரை அழைத்து வரச் சொன்னாள்.

"இதோ பாருங்கள்; இந்த அணிகலன்கள் யாவும் கோயிலுக்கு நான் வழங்கி விட்டேன்" என்று அவரிடம் சொன்னாள்.

"என்ன இப்படித் திடீரென்று யோசனை வந்தது?" என்று கேட்டார் தர்மகர்த்தர்.

இவ்வளவையும் விற்றுப் பணமாக்குங்கள். இந்தத் திருக்கோயிலின் வெளிப் பிராகாரம் முழுவதும் கல்பாவி விடுங்கள். இந்த அணிகலன்கள் போதவில்லை யானால் மேற்கொண்டு பொன்னும் பொருளும் அனுப்புகிறேன்" என்றாள் சமீன்தாரிணி.

"என்ன அண்ணி இது? அண்ணாவுக்குத் தெரியாமல் இப்படிச் செய்யலாமா?" என்று நாத்தி கேட்டாள்.

"என் நகைகள் இவை; என் பிறந்தகத்திலிருந்து கிடைத்தவை; ஆதலால் இவற்றைக் கொடுக்க முன்

வந்தேன். அன்றியும் உன் அண்ணா இதைக் கேட்டால் மகிழ்வாரே யன்றி வருத்தப்பட மாட்டார்."

"இப்போதே இப்படிச் செய்யாமல் ஊருக்குப் போய் அவருடன் கலந்து கொண்டு, வேறு வகையில் நீ நினைத்த காரியத்தைச் செய்திருக்கலாமே; இவ்வளவு அவசரம் எதற்கு?"

"அப்படி அன்று. நல்ல காரியம் செய்யும் எண்ணம் எப்போது உண்டாகிறதோ, அப்போதே அதைச் செய்துவிட வேண்டும். சற்றே தாமதம் செய்தால் அந்த எண்ணமே மாறிப் போனாலும் போகும்."

"இப்படிச் செய்ய என் பரிகாசப் பேச்சு இடம் கொடுத்ததே என்று நான் வருந்துகிறேன்."

"வருந்துவதா? நீ இந்தப் புண்ணியத்திற்குக் காரணம் ஆனாய். உனக்கும் இதில் பங்கு உண்டு. நீ என்னவோ பரிகாசமாகத்தான் பேசினாய். ஆனால் அந்தப் பேச்சினூடே இறைவன் திருவருள் இருந்து, இது செய்ய வேண்டுமென்ற எண்ணத்தை எனக்கு உண்டாக்கியது."

இப்போது அந்த இளம் பெண்ணால் பேச முடிய வில்லை. அவள் உள்ளம் உருகியது. அவளும் தன் கை வளைகளைக் கழற்றினாள்; "அண்ணி, உண்மையில் இந்தப் புண்ணியத்தில் எனக்கும் பங்கு இருக்கட்டும்" என்று முன் இருந்த அணிகலக் குவியலின் மேல் அவற்றை வைத்தாள்.

★ ★ ★

www.ingramcontent.com/pod-product-compliance
Lightning Source LLC
LaVergne TN
LVHW051102051026
849532LV00004BB/1407